மாமல்லபுரம்
புலிக்குகையும் கிருஷ்ண மண்டபமும்

மாமல்லபுரம்
புலிக்குகையும் கிருஷ்ண மண்டபமும்

சா. பாலுசாமி (பி. 1958)

சென்னைக் கிறித்துவக் கல்லூரித் தமிழ்த் துறையில் இணைப் பேராசிரிய ராகப் பணியாற்றுகிறார். ஆசியாவின் கிறித்துவ உயர் கல்விக்கான ஒன்றிய வாரியத்தின் உதவியுடன் சென்னை – மாமல்லபுரம் இடையிலான கிழக்குக் கடற்கரை மீனவர் வழக்காற்றியல், தாம்பரம் மற்றும் அதன் சுற்றுப்புறங் களில் உலகமயமாக்கலின் தாக்கம் ஆகிய ஆய்வுத் திட்டங்களையும், ஃபோர்டு நிதி நல்கையுடன் தமிழகச் சுவரோவியங்கள் ஆவணத் திட்டத்தை யும் நிறைவேற்றியுள்ளார்.

இலக்கியம், ஓவியம், சிற்பம், நாட்டுப்புறவியல் துறைகளில் ஈடுபாடு கொண்ட இவர் பாரதிபுத்திரன் என்னும் புனைப்பெயரில் படைப்பிலக்கியமும் திறனாய்வுக் கட்டுரைகளும் எழுதிவருகிறார்.

மின்னஞ்சல் : nayakarts@gmail.com

அலைபேசி : 9444234511

ஆசிரியரின் பிற நூல்கள்:

மாரிக்கால இரவுகள் (கவிதைத் தொகுப்பு)

மிளகுக் கொடிகள் – மலையாளக் கவிதைகள் மொழிபெயர்ப்பு (இணை ஆசிரியர்)

கொல்லிமலை மக்கள் பாடல்கள் (பதிப்பாசிரியர்)

தம்பி! நான் ஏது செய்வேனடா? (பாரதி பற்றிய நேர்காணல்)

நாயக்கர் காலக் கலைக் கோட்பாடுகள்

சித்திர மாடம் – தமிழகச் சுவரோவியங்கள் குறித்த கட்டுரைத் தொகுப்பு (தொகுப்பாசிரியர்)

அர்ச்சுனன் தபசு: மாமல்லபுரத்தின் இமயச் சிற்பம்

தமிழ்நாடு அரசு, தமிழ் வளர்ச்சித் துறையின் சிறந்தநூல் விருது (2009)
கோயமுத்தூர் மகாகவி பாரதியார் அறக்கட்டளையின்
மகாகவி பாரதி விருது - 2011 ஆகியனவற்றைப் பெற்ற நூல்.

சா. பாலுசாமி

மாமல்லபுரம்
புலிக்குகையும்
கிருஷ்ண மண்டபமும்

காலச்சுவடு பதிப்பகம்

மாமல்லபுரம்: புலிக்குகையும் கிருஷ்ண மண்டபமும் ◆ ஆய்வு நூல் ◆ ஆசிரியர்: சா. பாலுசாமி ◆ © சா. பாலுசாமி ◆ முதல் பதிப்பு: டிசம்பர் 2011, ஐந்தாம் (குறும்) பதிப்பு: டிசம்பர் 2019 ◆ வெளியீடு: காலச்சுவடு பப்ளிகேஷன்ஸ் (பி) லிட்., 669 கே.பி. சாலை, நாகர்கோவில் 629 001 ◆ புகைப்படங்கள்: ந. தியாகராசன் ◆ கோட்டோவியங்கள்: ஜெ. இரஞ்சித்

maamallapuram ◆ pulikkukayum kirushNa maNTapamum ◆ Author: Sa.Balusami ◆ © Sa.Balusami ◆ Language: Tamil ◆ First Edition: December 2011, Fifth (Short) Edition: December 2019 ◆ Size: Royal ◆ Paper: 18.6 kg maplitho ◆ Pages: 160 + Additional Colour Sheet ◆ Photograph: N. Thiyagarajan ◆ Line Drawings: J. Ranjith

Published by Kalachuvadu Publications Pvt.Ltd., 669 K.P. Road, Nagercoil 629001, India ◆ Phone: 91-4652-278525 ◆ e-mail: publications@kalachuvadu.com ◆ Printed at: Compuprint Premier Design House, Chennai 600086

ISBN: 978-93-81969-07-6

12/2019/S.No. 452, kcp 2533, 18.6 (5) uss

காலமெல்லாம் புலவோர் வாயில் துதியறிவாய்
அவர் நெஞ்சின் வாழ்த்தறிவாய்
இறப்பின்றித் துலங்குவாயே.

— பாரதி

இந்தியக் கல்வி வரலாற்றில்
ஆயிரம் அறிவுத் தலைமுறைகளைப் படைத்த
திருவருட்காடாம்
சென்னைக் கிறித்துவக் கல்லூரிக்கும்
அங்கு
அறிஞர்களோடு வாழும் வாழ்வை
எனக்களித்த
மேனாள் முதல்வர்
முனைவர் **மித்ரா ஜி. அகஸ்டின்** அவர்களுக்கும்
காணிக்கை

மாமல்லபுரம்
புலிக்குகையும் கிருஷ்ண மண்டபமும்

மாமல்லபுரத்திலுள்ள புலிக்குகை, கிருஷ்ண மண்டபம் என்றறியப்படும் இரு பெரும் சிற்பத்தொகுப்புகளை நுணுக்கமான ஆய்வுக்கு உட்படுத்துகின்றார் நூலாசிரியர் சா. பாலுசாமி. புலிக்குகையைப் பற்றிய சில புதிய முடிவுகளை முன்வைக்கின்றார். முழுக்க முழுக்க ஒரு புதிய பார்வைகொண்டு மாமல்லபுரத்தை அணுகுகின்றார். கிருஷ்ண மண்டபத்தைப் பற்றிய அவரது அவதானிப்புகள் இதுவரை யாரும் சுட்டிக்காட்டாதவை. அத்துடன் இதுவரை கவனிக்கப்படாத மாமல்லபுரத்து வேறுசில சிற்பங்களைப் பற்றியும் எழுதுகின்றார்.

கடற்கரைக்கோவில் வளாகத்தில் உள்ள சிறு உருளை வடிவக் கோவில் பற்றி முதன்முதலாகத் தமிழில் எழுதுபவர் பாலுசாமிதான்.

தமிழகத்தின் ஒரு சிறப்பான பாரம்பரியத்தின்மேல் கவனத்தைச் செலுத்துகின்றது இந்நூல்.

தியடோர் பாஸ்கரன்

உள்ளடக்கம்

அணிந்துரை — 11
சுருக்கக் குறியீட்டு விளக்கம் — 14
நூன்முகம் — 15

புலிக்குகை

புலிக்குகை — 21
புதுமையான கோயில் வடிவங்கள் — 24
சாளுவன்குப்பத்துப் புலிக்குகை — 42
தொகுப்புரை — 71
பின்னிணைப்பு :
  அறிஞர் கருத்துடன் உரையாடல் — 74
  புதுமையான கோயில்கள் குறித்த தகவல்கள் — 77

கிருஷ்ண மண்டபம்

கிருஷ்ண மண்டபம் — 89
மதிப்பீடு — 114
தொகுப்புரை — 135
பின்னிணைப்பு :
  கோவர்த்தன நிகழ்வு — 136
  கிருஷ்ண மண்டபம் — 138
  திருக்குறுங்குடி - கடல்மல்லை கோவர்த்தன மலைக்காட்சிகள் — 143
  கடல்மல்லையின் கண்ணன் சிற்பங்கள் — 146

துணைநூற் பட்டியல் — 151
சொல்லடைவு — 156

அணிந்துரை

தியாக. சத்தியமூர்த்தி
மேனாள் கண்காணிப்பாளர்
இந்தியத் தொல்லியல் துறை
சென்னை மண்டலம்.

இந்தியக் கலைப் பரிணாம வளர்ச்சியில் கி.பி. 4 முதல் 7ஆம் நூற்றாண்டு வரை சிறப்புற்று விளங்கிய அய்ஹோளே, பதாமி, விதிசா மற்றும் பல குப்தர் காலத்துக் கலைச் சின்னங் களைக் கொண்ட வடஇந்திய மையங்கள், கலை வரலாற்றறிஞர் களுக்குச் சோதனைக் களங்களாகவே திகழ்கின்றன. இம்மையங்களில் கட்டப்பட்ட கோயில்களும் படைக்கப்பட்ட சிற்பங்களும் ஒன்றிலிருந்து மற்றொன்று வேறுபட்டுத் திகழ்கின்றன.

இதற்குக் காரணம், அக்காலக்கட்டத்தில் கலைஞர்களுக்கு இருந்த ஆக்கப்பூர்வமான சுதந்தரமே ஆகும். மேலும், ஆகமங்கள் போன்ற கட்டுப்பாடுகள் அதிகம் இல்லாமல் இருந்ததும் மற்றுமொரு காரணமாக இருக்கலாம். அவ்விடங் களில் இருக்கும் கலைச் சின்னங்கள் இன்றும் கலை வரலாற்றறிஞர்களுக்குப் புதிர்களாகவே இருக்கின்றன.

மேற்குறிப்பிட்ட மையங்களைவிட, மாமல்லபுரக் கலைச் சின்னங்கள் புதிராக மட்டுமன்றிப் புதுமையாகவும் திகழ்கின்றன. வேறெங்கும் காணமுடியாத அளவிற்கு மாமல்லபுரத்துக் கலைச் சின்னங்கள் பல்வேறு வகையாக உருவாக்கப்பட்டிருப்பது தனிச்சிறப்பாகும்.

மல்லைக் கலைச் சின்னங்களைப் பல்வேறு விதமாகப் பகுத்து ஆராயும்போது வரலாற்றறிஞர்களிடையே பற்பல புதிய கருத்துகள் தோன்றுவது இயல்பான ஒன்றாகிறது.

ஏறக்குறைய இரு நூற்றாண்டுகளாக ஆராய்ந்த பின்பும் மல்லைக் கலைச் சின்னங்கள் பற்பல புதிய ஆய்வு முடிவுகளை வெளிப்படுத்திக் கொண்டுள்ளன. இச்சின்னங்களை ஆராய்வது கலை வரலாற்றறிஞர்களுக்கு என்றுமே தெவிட்டாத இன்பத்தைத் தருகிறது.

மாமல்லைக் கலைச் சின்னங்கள் குறித்த அண்மைக்கால ஆய்வுகளில் முனைவர் சா. பாலுசாமி அவர்களின் ஆய்வு முடிவுகள் ஒரு புதிய கோணத்தில் நமக்கு ஒளியூட்டிக் காட்டுகின்றன. **'அர்ச்சுனன் தபசு'** என்ற மாமல்லபுரத்துத் திறந்தவெளிப் புடைப்புச் சிற்பத்தொகுதி குறித்த இவரது ஆய்வு முடிவு வேறெந்தவொரு அறிஞராலும் சுட்டிக்காட்டப் பெறாத கோணத்தில் அமைந்திருந்தது. அப்புடைப்புச் சிற்பம், மகா பாரதத்தில் இடம்பெறும் இமயமலையின் வருணனையை ஒத்திருக்கின்றது என்ற இவரது வாதம் அனைவராலும் ஏற்றுக்கொள்ள கூடியதாகவும் இருக்கிறது.

மேற்கூறிய ஆய்வினைத் தொடர்ந்து இவர் தமது முயற்சியினை, மல்லையின் கலைச் சின்னங்களில் மேலோட்டமாக ஆய்வு செய்யப்பட்ட புலிக்குகை, கிருஷ்ண மண்டபப் புடைப்புச் சிற்பத்தொகுதி ஆகியவற்றின்மீது திருப்பியதன் விளைவு இவ்வரிய நூல்.

இவரது ஆய்வின்படி, புலிக்குகை என்றழைக்கப்படும் யாளி மண்டபம் முருகனையும் இந்திரனையும் பரிவாரத் தெய்வங்களாகக் கொண்ட சிவன் கோயிலையும் கொற்றவைக்குரிய சிம்மக்கோயிலையும் கொண்டதொரு கூட்டுக்கோயில் ஆகும். இம்முடிவிற்குச் சான்றாக முனைவர் சா. பாலுசாமி அவர்கள் மாமல்லைக் கலைச் சின்னங்களைப் பல்வேறு கோணங் களிலிருந்து ஆய்வு செய்து, மரபு சாராக் கலைச் சின்னங்கள் பல மாமல்லையில் உருவாக்கப்பட்டிருப்பதைக் கண்டுபிடித்துள்ளார். மேலும் சங்க இலக்கியங்களில் காணப்படும் முருகன், இந்திரன் பற்றிய குறிப்புகளை ஆதாரமாகக் காண்பித்து நிறுவியுள்ளதால் 'புலிக்குகை: ஒரு கூட்டுக்கோயில்' என்ற கோட்பாடு ஒப்புக்கொள்ளக் கூடிய ஒன்றாக இருக்கிறது.

கிருஷ்ண மண்டபப் புடைப்புச் சிற்பத்தொகுதி ஓர் இயங்கு சிற்பமாகவே படைக்கப்பட்டுள்ளது என்று இந்நூலின் இரண்டாம் கட்டுரையில் முனைவர் சா.பாலுசாமி அவர்கள் எடுத்துரைக்கின்றார். **அர்ச்சுனன் தபசு** என்ற இமயச் சிற்பத் தொகுதியினையும் கோவர்த்தன சிற்பத் தொகுதியினையும் ஒப்பிட்டு விளக்கியுள்ளார். கிருஷ்ண மண்டபச் சிற்பத் தொகுதியில் உருவங்களின் ஒத்திசைவு, உயிரோட்டம், உணர்வு வெளிப்பாடுகள் ஆகியன எவ்வாறு திகழ்கின்றன என்பதை நுட்பமாக எடுத்துக்காட்டி அதன் உன்னதங்களைச் சுட்டிக்காட்டியுள்ளார். சங்க இலக்கிய முல்லைத் திணைப் பாடல்களில் வரும் ஆயர்களின் வாழ்க்கை பற்றிய பல்வேறு தகவல்களைப் பல்லவச் சிற்பிகள் தமக்கே உரிய கற்பனை வளத்துடன் இணைத்து இச்சிற்பத் தொகுதியினைப் படைத்துள்ளனர்.

இந்நூல் முழுதும் முனைவர் சா.பாலுசாமி அவர்களின் ஆழ்ந்த ஆராய்ச்சித் திறன் ஒவ்வொரு வரியிலும் புலப்படுகிறது. தனது ஆய்வு முடிவுகளைத் தக்க கலை, இலக்கிய, வரலாற்றுச் சான்றுகளுடன் எளிய

தமிழ்நடையில் இனிதாக எடுத்துரைப்பது முனைவர் சா. பாலுசாமிக்கே உரித்தான ஓர் பாணியாகும்.

இந்நூல், கடல் மல்லைக் கலைச் சின்னங்களை ஆய்வு செய்யும் வல்லுநர்களுக்கு ஒரு புதிய கோணத்தை உருவாக்கியுள்ளது. இவர்தம் இருநூல்களும் ஆங்கிலத்தில் மொழிபெயர்க்கப்பட்டு உலக அறிஞர்களைச் சேர வேண்டும் என்பது எனது அன்புக் கட்டளையாகும். இந்நூலை ஆக்கிய முனைவர் சா. பாலுசாமி அவர்களுக்கு மனமார்ந்த நன்றி.

சுருக்கக் குறியீட்டு விளக்கம்

அகம்.	–	அகநானூறு
ஐங்குறு.	–	ஐங்குறுநூறு
கலித்.	–	கலித்தொகை
குறுந்.	–	குறுந்தொகை
திருமுரு.	–	திருமுருகாற்றுப்படை
நற்.	–	நற்றிணை
பரி.	–	பரிபாடல்
பெரும்.	–	பெரும்பாணாற்றுப்படை

நூன்முகம்

மல்லைச் சின்னங்களை ஆய்வு நோக்கில் அறிமுகப் படுத்திக்கொண்ட நாள்முதலாய் அவற்றின் வற்றாத புதிர்கள் தீராத ஈர்ப்பினைக் கொண்டிருந்தன. ஒவ்வொரு சின்னமும் எண்ணற்ற சிந்தனைகளை எழுப்பித் தொடர்ந்த தேடுதலுக்கு வழிவகுத்தது. அவற்றுள் ஒன்றான சாளுவன் குப்பத்துப் புலிக்குகை, கலை வரலாற்றியல் அறிஞர்களால் பலவாறு விவரிக்கப்பட்டும் தன் புதுமையாலும் நிறைவடையாத நிலையாலும் தொடர்ந்து புதிராகவே திகழ்கின்றது.

பல ஆண்டுகள் இதனைக் குறித்த தேடுதலின் விளைவே இந்நூலின் ஒரு பகுதி. மல்லைச் சின்னங்களை மரபு சார்ந்தவை, மரபு சாராதவை என்ற அடிப்படையிலான பகுப்பாய் விலிருந்தும் பிற சின்னங்களைக் குறிப்பாக, கடற்கரைக் கோயில் சிற்பங்கள், அங்குள்ள சிம்மக் கோயில், கடற்கரை யிலுள்ள புலிக்குகைச் சிறு சிற்பம், அர்ச்சன ரதம், தர்மராச ரதம் ஆகியவற்றை இணைத்துப் பார்ப்பதன் மூலமும் சிவனுக்கும் கொற்றவைக்குமான ஒரு கூட்டுக் கோயிலே புலிக்குகை என்ற முடிவுக்கு வரவியன்றது. இதன் மூலம் கடற்கரைக் கோயில் பரிவாரச் சிற்பங்கள், அர்ச்சுன ரதத்து முருகன், திரிமூர்த்தி குடைவரை பிரம்மசாஸ்தா வாயிலிலுள்ள துறவியர் குறித்த சில தெளிவுகளும் ஏற்படுகின்றன.

கிருஷ்ண மண்டபத்தை நுட்பமாக ஆய்கின்றபோது, ‘பாதுகாப்பு’ என்னும் கரு எவ்வாறு சிற்பத்தொகுதி முழுதும் வெளிப்பட்டுள்ளது என்பதையும் இக்காட்சியில் பங்குபெறும் உருவங்கள் எவ்வாறு குடும்பம் குடும்பமாக வடிவமைக்கப் பட்டுள்ளன என்பதையும் உணரமுடிந்தது. அருகிலுள்ள அர்ச்சுனன் தபசு சிற்பத்தொகுதி எவ்வாறு இயங்கு சிற்பமாய்ப் படைக்கப்பட்டுள்ளதோ அதேபோல இச்சிற்பத்

தொகுதியும் இயங்கு சிற்பமாகவே உருவாக்கப்பட்டுள்ளது என்பதைத் தடயங்களால் கண்டறிந்தது பெருமகிழ்ச்சியைத் தருகிறது.

செவ்வியல் சிற்ப மரபு அஜந்தாவிலிருந்து தொடர்ந்து வருவதே எனினும் ஒவ்வொரு காலக் கட்டத்திற்கும் வட்டாரத்திற்கும் புரவலர் - கலைஞர் நோக்கங்களுக்கும் ஏற்ப மாறுபட்டே வந்துள்ளன. அவற்றின் வாயிலாகவே அவை தனித்தன்மைகளையும் சிறப்புகளையும் பெற்றுள்ளன. கலைஞர்கள் அடிப்படையில் பிற பகுதிகளைவிடத் தங்கள் நாட்டின் மண் சார்ந்த தன்மைகளை வெளிப்படுத்துகின்றனர் என்ற ஏ.எஸ் இராமன் அவர்களின் கருத்து எண்ணத்தக்கது. (Quatation: G.Vijavenugopal, *Ramayana Paintings of Alakar koyil,* Vaisnavisam in Indian Arts and Culture. p.416) இத்தன்மையில் கடல்மல்லையின் கோவர்த்தனச் சிற்பத்தொகுதி அஜந்தா முதலாகத் தொடர்ந்துவரும் கலை மரபுகளைப் பேணி, சங்க இலக்கிய முல்லைத் திணைப்பாடல்களை உட்கொண்டு, தனித்தன்மைகளுடன் படைக்கப்பட்டுள்ளது என்பதை உணரமுடிகிறது.

இக்கட்டுரைகளை வாசித்து அரிய கருத்துகளைக் கூறிய ஜவகர்லால் நேரு பல்கலைக்கழக மேனாள் வரலாற்றுத் துறைப் பேராசிரியை முனைவர் ர. செண்பக லட்சுமி அவர்களுக்கும் பேராசிரியர் 'சுதர்சனம்' சுவாமிநாதன் அவர்களுக்கும் தொல்லியல் அறிஞர் திரு பி.எஸ். ஸ்ரீராமன் அவர்களுக்கும் என் நெஞ்சார்ந்த நன்றிகள்.

கலையியல் அறிஞர் முனைவர் ஜோப் தாமஸ் அவர்களும் அறிஞர் தியடோர் பாஸ்கரன் அவர்களும் தமிழகக் கலையியல் அறிஞர் முனைவர் குடவாயில் பாலசுப்பிரமணியம் அவர்களும் முனைவர் க.பஞ்சாங்கம் அவர்களும் கவிஞர் பழமலய் அவர்களும் பேராசிரியர் பி. சிவராமகிருஷ்ணன் அவர்களும் தரும் ஊக்கத்திற்கு நன்றி கூறுவது என் கடமையாகும்.

ஆய்வுகளுக்குப் பேரூக்கம் நல்கும், சென்னைக் கிறித்துவக் கல்லூரி முதல்வர் முனைவர் இர. அலெக்ஸாண்டர் ஜேசுதாசன் அவர்களுக்கும் தமிழ்த்துறைத் தலைவர் முனைவர் மோசசு மைக்கேல் பாரடே அவர்களுக் கும் ஆங்கிலத்துறை முன்னாள் பேராசிரியர் முனைவர் கோ. ஜெயராமன் அவர்களுக்கும் நன்றி.

திரு. T.S. சுப்பிரமணியன் அவர்கள் தரும் ஊக்கமும் ஆர்வமும் பெருமிதம் கொள்ளச் செய்பவை. அவர்களுக்கு என் நெஞ்சார்ந்த நன்றி. புகைப்படங்களை எடுத்துதவியவர் இளம்கலைஞர் திரு. ந. தியாகராசன் ஆவார். கோட்டோவியங்களை வரைந்தவர் மல்லை சிற்பக் கலைஞர் திரு. ஜெ. ரஞ்சித் ஆவார். இவர்கள் செய்யும் உதவிகள் என்றும் எண்ணி மகிழத்தக்கன.

தர்மராசரத சோமஸ்கந்தர் படத்தையும் காளியமர்த்தனம் படத்தையும் தந்துதவிய புகைப்படக் கலைஞர் அசோக் கிருஷ்ணசுவாமி அவர்களுக்கு நன்றி. நாகார்ச்சுன கொண்டா சிற்பத்தைக் கோட்டோவியமாக வரைந்தளித்த ஓவியக் கலைஞர் திரு. பாலசண்முகத்திற்கும் நன்றி.

என் ஆய்வுப் பணிக்கு ஊக்கம்நல்கும் மகன் பா. ஞானபாரதிக்கும் துணைவி பா. தமிழ்ச்செல்வத்திற்கும் நன்றி.

இந்தியத் தொல்லியல் துறை (சென்னை மண்டலம்) நூலகர் திரு. இராஜன் அவர்களுக்கு என் நன்றிகள் உரியன.

களப்பணியில் எப்போதும் துணைநிற்கும் பேரா. எஸ். பசுபதி, வெ. எத்திராஜ், என் ஆய்வுகளின் அனைத்து நிலைகளிலும் துணைபுரியும் திரு. கோ. உத்திராடம் ஆகியோர்தம் தொடர்ந்த ஒத்துழைப்பே இந்நூல் வெளிவரக் காரணம்.

தொல்லியல் அறிஞரும் தலைமைப் பண்பிற்கு எடுத்துக்காட்டாய்த் திகழ்பவருமான திரு. தியாக. சத்தியமூர்த்தி அவர்களின் அணிந்துரை இந்நூலிற்குச் சான்றிதழாகும். அவர்தம் அன்பும் வழிகாட்டுதல்களும் கிடைக்கப் பெற்றது நான் அடைந்த பெரும்பேறு என்றே கருதுகிறேன்.

தமிழ்ச் சிந்தனைத் தளத்திலும் படைப்புலகிலும் சீரிய மாற்றங்களை நிகழ்த்திவரும் காலச்சுவடு பதிப்பகத்தின்மூலம் இந்நூல் வெளிவருவதில் பெருமைகொள்கிறேன். இந்நூல் வெளிவருவதில் பேரீடுபாடு கொண்ட என் இனிய தோழமை நெஞ்சர் திரு. தேவிபாரதி அவர்களுக்கும், தனிப்பெரும் ஆர்வம்கொண்டு, நாங்கள் எதிர்பார்த்ததற்கும் மேலாய் இந்நூலை வடிவமைத்த கீழ்வேளூர் பா. ராமநாதன் அவர்களுக்கும் என் நன்றிகள் உரியன.

எல்லா நிலைகளிலும் துணை நிற்கும் முனைவர் நிர்மல் செல்வமணி, முனைவர் து. நரசிம்மன், முனைவர் ஆ. துரைசாமி, பேரா. இலெஸ்லி இலாரன்ஸ் ஆகியோர்களுக்கும் மல்லைச் சின்னங்களை என்னுள் பதித்த பேராசான் முனைவர் தயா அவர்களுக்கும் என்றுமுள நன்றி இன்றும்.

சா. பாலுசாமி

புலிக்குகை

புலிக்குகை

மாமல்லைச் சாளுவன் குப்பத்திலுள்ள புலிக்குகை, அறிஞர்களின் பல்வேறு வகையான விளக்கங்களுக்கு இடமளிக்கும் புதிர்மிக்க சின்னமாகத் திகழ்ந்து வருகிறது. தெய்வ உருவங்களின்றி, முற்றுப்பெறாத நிலையில் காணப்படுவதும் யாளித் தலைகள் சூழ வியந்தகுமுறையில் அமைந்து செவ்வக வடிவான 'மண்டபம்' பெற்றிருப்பதும் கல்வெட்டு ஏதுமின்றியிருப்பதும் தேய்வுற்ற நிலையில் தெய்வ உருவங்கள் உள்ள அம்பாரிகளைக் கொண்ட யானைகளையும் குதிரையையும் கொண்டிருப்பதும் பல்வேறு வகையான ஊகக் கருத்துகளுக்குக் காரணங்களாகின்றன.

- — அரசனும் மக்களும் கூடி இந்திரவிழா நிகழ்த்துவதற்குரியது.
- — அரசன் தங்கியிருந்து விழாக் காணும் இடம்.
- — கொற்றவைக் கோயில்
- — உற்சவ மண்டபம் அல்லது சங்கீத மண்டபம்
- — ஆடல் மேடை
- — திறந்தவெளி அரங்கு

ஆகியன இது குறித்துப் பல்வேறு அறிஞர்கள் முன்வைத்துள்ள கருத்துகளில் பெரும்பான்மையானவை எனலாம். (இக்கருத்துகளுள் ஒன்று குறித்த உரையாடல்: பின்னிணைப்பு—1)

ஆனால் மல்லையிலுள்ள பிற சின்னங்களைத் தொடர்புபடுத்தி நோக்கும்போது, இச்சின்னம் சிவனுக்கும் கொற்றவைக்குமுரிய ஒரு கூட்டுக் கோயிலாக இருக்கலாம் என்ற முடிவினை இவ்வாய்வு முன்வைக்கிறது.

புலிக்குகை ஒரு கூட்டுக் கோயில் எனும் முடிவினை அடைவதற்கு பல்லவர் காலச் சமய நிலை, அதன் வெளிப்பாடாக மல்லைச் சின்னங்கள் உருவாக்கப்பட்டமை, அவற்றை மரபு சார்ந்த — மரபு சாராத சின்னங்கள் எனப் புதிதாகப் பகுத்துக்காணல், சிறு சிற்பங்கள் (Minor Sculpture) குறித்து அறிதல் ஆகியன இன்றியமையாது வேண்டப்படுவனவாகும்.

பல்லவர் காலச் சமய நிலையும் மல்லைச் சின்னங்களும்

பண்டைய இந்திய மக்களினத்தாரிடை விளங்கிய தொல்சமயக் கூறுகளும் வேத சமயக் கூறுகளும் ஒன்றிணைந்து, குப்தர் காலத்தில்

புத்தெழுச்சி பெற்ற 'இந்து சமயமாக' உருப்பெற்றது. பல்வேறு மெய்யியற் பள்ளிகளும் வழிபாட்டு முறைகளும் இருந்தபோதும் அவற்றுள் ஒற்றுமை காணப்பெற்று, புராணங்களும் இலக்கியங்களும் படைக்கப்பெற்றன. வழிபாட்டை முதன்மைப்படுத்தி எண்ணற்ற கோயில்கள் உருவாக்கப் பெற்றன.

தமிழகத்தில் எழுந்த பக்தி இயக்கம் இச்சமயத்தை மக்கள் இயக்கமாகக் கட்டமைத்தது. ஏராளமான இலக்கியங்கள் இயற்றப்பெற்றன. சமண, பௌத்த மதங்களுக்கு எதிரான நிலைப்பாட்டில் வெற்றி பெற்ற இவ்வியக்கம் அரசர்களின் ஆதரவு பெற்றுச் செழிப்புற்றது.

பல்லவப் பேரரசன் முதலாம் மகேந்திரவர்மன் (கி.பி. 600 – 630) சமண சமயத்திலிருந்து சைவ சமயத்திற்கு மாறிய பின்னர் இச்சமய எழுச்சி பேருக்கம் கொண்டது. அவனும் அவனுக்குப் பின்வந்த முதலாம் நரசிம்மவர்மன் (கி.பி. 630 – 668); முதலாம் பரமேசுவரவர்மன் (கி.பி. 669 – 690); இரண்டாம் நரசிம்மன் எனும் இராசசிம்மன் (கி.பி. 695 – 722) ஆகியோர் சிறந்த சைவ – வைணவப் பற்றாளர்களாக இருந்தமையால் சிவனுக்கும் திருமாலுக்கும் ஏராளமான கோயில்கள் உருவாக்கப்பெற்றன. இவர்கள் காலத்தில் சிறந்த துறைமுகமாக உருவாக்கப் பெற்ற கடல்மல்லை எனப்படும் மாமல்லபுரத்தில் பல்வேறு கோயில்கள் எடுக்கப்பட்டன. இந்தியக் கலை வரலாற்றில் அவை தனிச் சிறப்புகள் வாய்ந்த பொன்னேடாகத் திகழ்கின்றன.

முதலாம் மகேந்திரன், முதலாம் நரசிம்மன், பரமேஸ்வரன், இராசசிம்மன் ஆகிய நால்வராலும் மாமல்லைச் சின்னங்கள் படைக்கப்பெற்றன என்பது பெரும்பான்மையோர் கருத்தாகும். ஆனால் இராசசிம்மன் காலத்திலேயே மாமல்லபுரம் நகரம் அமைக்கப்பட்டது என்றும் அங்கு ஒரே பாறையில் குடையப்பட்டுள்ள கோயில்களும் சிற்பங்களும் கடற்கரைக் கோயிலும் அவன் காலத்தில் செதுக்கப்பட்டவையே என்றும் கே.கே. பிள்ளை குறிப்பிடுகிறார்.[1] மல்லையிலுள்ள பல்லவர் காலச் சின்னங்கள் அனைத்தும் இராசசிம்மனால் உருவாக்கப்பட்டவையே என்பது இரா. நாகசாமி கருத்துமாகும்.[2]

மல்லைச் சின்னங்களை நோக்கும்போது, சிவன் தனிப்பெரும் தலைமை பெற்றமையை உணரமுடிகிறது. அதுபோலவே, கொற்றவையுடன் இணைந்த துர்க்கை வழிபாடு பெரும் ஏற்றம் பெற்றிருந்தையும் காணமுடிகிறது. திருமாலும் நான்முகனும் சுப்பிரமணியன் என்ற வடிவில் முருகனும் சிறப்பிடம் பெற்றதை அறியமுடிகிறது.

துர்க்கை வழிபாடு மகிடாசுரமர்த்தினி வடிவிலேயே பெரிதும் போற்றப்பட்டது. இராசசிம்மன் காலத்துச் சிவ வழிபாட்டில், தென்னகத்திலோ வட இந்தியாவிலோ எங்கும் காணப் பெறாத, உமை முருகுடன் இணைந்த சோமாஸ்கந்த மூர்த்தி வடிவம் பெரும் சிறப்புப் பெற்றதைக் காணமுடிகிறது. போர்க் கடவுளாக உருவெடுத்த சுப்பிரமணியன் மும்மூர்த்திகளுக்கு இணையான நிலையினைப் பெற்றிருந்ததையும்[3] அவனுக்குத் தனிப்பெரும் கோயில்கள் எடுக்கப் பெற்றிருந்ததையும் சாளுவன் குப்பத்து அகழ்வாய்வு புலப்படுத்துகின்றது.[4]

வேத கடவுளான இந்திரனின் வழிபாடு, இல்லையெனுமளவிற்கு இக்காலத்தில் குறைந்து போயிருந்தது என்பதையும் உணர முடிகிறது.

கோயில் வகைபாடு

மாமல்லைச் சின்னங்களைச் சமய அடிப்படையில் சைவக் கோயில்கள், வைணவக் கோயில்கள் எனப் பகுப்பதைப் போல், உருவாக்கப் பட்டுள்ள பான்மையின் அடிப்படையில் குடைவரை, ஒற்றைக் கற்றளி, கட்டுமானக் கோயில்கள், திறந்தவெளிப் புடைப்புச் சிற்பங்கள் எனவும் பாகுபாடு செய்யப்படுகிறது. அதுபோல இவற்றை ஒரு கடவுளருக்கு உருவாக்கப்பட்ட ஒரு கோயில், பல தெய்வங்களுக்கு உருவாக்கப்பட்ட ஒரு கோயில் எனவும் பகுத்துக் காணலாம். அத்துடன் ஒன்றிற்கு மேற்பட்ட கோயில்கள் கொண்ட கூட்டுக்கோயில்கள் எனவும் பகுத்துணர முடியும். மேலும் வழக்கமான மரபிலமைந்த கோயில்கள் வழக்கமற்ற, புதுமையான வடிவில் உருவாக்கப்பெற்ற கோயில்கள் எனவும் எண்ணிப்பார்க்க முடிகிறது.

○

புதுமையான கோயில் வடிவங்கள்

கருவறை, முன்மண்டபம், சுற்றாலை என்னும் மரபான அமைப்பில் ஒன்றும் பலவும் கூடியும் குறைந்தும் பல்வேறு மாறுபட்ட தன்மைகளுடன் குடைவரைகளும் ஒற்றைக் கற்றளிகளும் கட்டுமானக் கோயில்களும் மல்லையில் காணப்படுகின்றன. அவை பல்வேறு தோற்றங்களில் காணப்பட்டாலும் பொதுப்பண்பு வரையறைக்கு உட்பட்டனவேயாகும்.[5]

ஆனால் மரபார்ந்த வடிவ அமைப்பு இல்லாமல் பொதுப்பண்பிற்கு இயையாமலும் மாமல்லை தவிரப் பிற இடங்களில் காணவியலாத தன்மையிலும் சில கோயில் வடிவங்கள் இங்குக் காணப்படுகின்றன. கலைஞர்கள் மிகு சுதந்திரத்துடன் தங்கள் படைப்பாற்றலை வெளிப்படுத்தியுள்ள அவை, காண்போர்க்குப் பெருவியப்பினையும் மகிழ்வினையும் கலையின்பத்தினையும் வழங்குகின்றன. அத்தகைய வியத்தகு படைப்புகளாக,

— கொற்றவைக்கு எடுக்கப்பட்ட கோயில்கள்
— சிவனுக்குரிய கோயில்கள்
— புலிக்குகை

ஆகியன திகழ்கின்றன.

கொற்றவைக்குரிய கோயில்கள்

பல்லவர் காலத்தில் துர்க்கை என்னும் பெயரிலும் சாமுண்டி என்னும் பெயரிலும் கொற்றவை வழிபாடு வளர்ச்சியுற்றது. பல்லவர்கள் வடித்த கொற்றவைக் கோயில்களையும் சாமுண்டிச் சிற்பங்களையும் காணும் போது சிவன், திருமால் ஆகியவற்றிற்கு இணையாக துர்க்கை வழிபாடும் தனித்த வளர்ச்சி பெற்றிருப்பதை அறிய இயலுகிறது.

திரௌபதி ரதம், கடற்கரைக் கொற்றவை கோயில், சிம்மக் கோயில் ஆகியவை மாமல்லையில் புதுமையான வடிவில் உருவாக்கப்பெற்றுள்ள கொற்றவை கோயில்களாகும்.

திரௌபதி ரதம்

ஐந்து ரதங்கள் எனப்படும் கோயில் குழுமத்தில் வடபுறத்தில் முதலாவதாக உள்ள 'திரௌபதி ரதம்' கொற்றவைக்குரிய கோயிலாகும். ஒரு கருவறையுடன், அழகிய கொடிக் கருக்குகள் கொண்ட கூரையுடன் ஒற்றைக் கற்றளியாக வடிக்கப்பெற்றுள்ள இக்கோயில் மிக எளிய குடிசை வடிவில் ஒரு மேடை மீது காட்சியளிக்கிறது.

முன்மண்டபம், சுற்றாலை, விமானம் என மரபார்ந்த கட்டடக் கூறுகள் ஏதுமற்ற இக்கோயில், பிறவற்றிலிருந்து பல்வகைகளில் வேறுபட்ட புதுமைப் படைப்பாகும்.

திரௌபதி ரதம்

கடற்கரைக் கொற்றவைக் கோயில்

கடற்கரைக் கோயிலின் வடக்குப்பக்கம் கடற்கரையில் உள்ள பாறையொன்றில் செவ்வக வடிவில் அமைக்கப்பட்டுள்ள கருவறையின் பின்புறச்சுவரில் கொற்றவை, எருமைத் தலைமீது வீற்றிருக்கும் கோலத்தில் காணப்படுகிறாள். வாயிலில் காவற் பெண்டிர் உள்ளனர். இக்கோயிலில் கூரை அமைப்பு ஏதும் காணப்பெறவில்லை. இப்பாறையின் வலப்புறத்தில் மகிடாசுரன் கொற்றவையின் சிங்கத்தால் கடிபட்டு ஓடும் நிலை திறந்தவெளிப் புடைப்புச் சிற்பமாக (Open Air Bas Relief) வடிக்கப் பெற்றுள்ளது.

கொற்றவைக்குரிய இக்கோயிலும் புதுமையான அமைப்புடன் படைக்கப்பெற்றுள்ளதாகும்.

கடற்கரை கொற்றவைக்கோயில்

சிம்மக் கோயில்

கடற்கரைக் கோயில் வளாகத்தில் மேற்கு நோக்கிய சிறிய கோயிலின் தென்புறம், சிம்மம் ஒன்று அமர்ந்த நிலையில் வடிக்கப் பெற்றுள்ளது. இதன் மார்புப்பகுதியில் சதுரமான கருவறை செதுக்கப்பெற்றுள்ளது. அதன் உட்புறத்தில் எருமைத் தலைமீது எட்டுக் கைகளுடன் துர்க்கை வீற்றிருக்கிறாள்.

சிம்மத்தின் பின்கால்களின்மீது காவற் பெண்டிர் எழிலுற அமர்ந்துள்ளனர். சிம்மத்தின் காலடியில் தென்புறமாக கொற்றவையின் வாகனமான கலைமான் ஒன்றும் சங்கூதும் குள்ளபூதமொன்றும் காணப் படுகின்றன.

சிம்மக் கோயில்

வாகனமே கோயிலாக வடிக்கப்பெற்ற இதுவும் கொற்றவையின் புதுமையான மற்றொரு கோயிலேயாகும்.

உருளை வடிவக் கோயில்

கடற்கரைக் கோயிலின் வடக்குப் பக்கத்தில், மதில் சுவருக்கு வெளியே உருளை வடிவமான சிவன் கோயிலொன்று காணப்படுகிறது. நீள்வட்டமான பள்ளப் பகுதியில் உள்ள இக்கோயில் அதிட்டானம், ஒற்றைக் கருவறை, விமானம் முதலிய கோயிலின் கூறுகளைப் பெற்றுள்ளது. இதன் கருவறையில் வீணாதர அர்த்தநாரீஸ்வரக் கோலத்தில் சிவன் வடிக்கப் பெற்றுள்ளார்.

இக்கோயிலின் தெற்குப் பக்கத்தில் பெரிய வராகச் சிற்பமொன்றும் வடக்குப் பக்கத்தில் சிறுகிணறு ஒன்றும் காணப்படுகின்றன.

கடற்கரைக் கோயிலின் தென்புறத்தில் பிரகாரச் சுவருக்கு வெளியே மணல் மீது கிடத்தப்பட்டுள்ள சில சிதைந்த சிற்பப் பகுதிகளைக் காணும்போது மேலும் சில சிறுகோயில்கள் இங்கு இருந்திருக்கவேண்டும் என்பது உறுதியாகத் தெரிகிறது.

உருளை வடிவ சிவன்கோயில்

தற்போதுள்ள கடற்கரைக் கோயில் வளாகத்தின் மையத்தில் மூன்று கோயில்களும் தென்புறம் கொற்றவைக்கான சிம்ம வடிவக் கோயிலும் வடபுறம் சிவனுக்கான உருளை வடிவக்கோயிலும் அமைந்துள்ளன. சிதைவுறாத நிலையில் மேலும் சில கோயில்கள் இவ்வளாகத்துள் இருந்திருக்கலாம் என்று தோன்றுகிறது. ஆகவே, 'கடற்கரைக் கோயில்' என்று இன்று வழங்குவது பல கோயில்கள் இணைந்ததொரு பெருவளாகம் என்பதில் ஐயமில்லை.

சாளுவன்குப்பம்

மாமல்லபுரத்திலிருந்து சென்னை செல்லும் சாலையில் மாமல்லைக்கு 5 கி.மீ. முன்பாகவே கடற்கரை ஓரம் அமைந்துள்ள இடம் சாளுவன்குப்பம் ஆகும். இவ்விடமும் பல்லவச் சின்னங்களால் சிறப்புற்றதாகும். இவ்விடத்தில் தென்பகுதியில் புலிக்குகையும் வட பகுதியில் அதிரணசண்டேசகிரகம் எனப்படும் மகேந்திரன் பாணியிலான சிவன்கோயிலும் அதற்கு வடபுறம் பல்லவர்காலச் சப்தமாதர் சிற்பங்கள் கொண்ட அண்மைக்காலக் கோயில் ஒன்றும் காணப்படுகின்றன. அதற்கும் வடக்கே அண்மையில் இந்தியத் தொல்லியல் துறையினரால் அகழ்வாய்வில் தோண்டியெடுக்கப்பட்ட பழமைவாய்ந்த கோயிலின் அடித்தளம் ஒன்று பெரிய அளவில் காணப்படுகிறது. இது பல்லவர் காலம் முதல் பிற்காலச் சோழர் காலம் வரை வழிபாட்டில் இருந்த சுப்பிரமணியர் கோயில் எனக் கல்வெட்டுகள் மூலம் அறியமுடிகிறது.

அதிரணசண்டேஸ்வரத்திற்கும் புலிக்குகைக்கும் இடையே நெடிதுயர்ந்து, சற்றுச் சாய்ந்த வண்ணம் நிற்கும் பெரும் பாறையின் உச்சியிலும் செதுக்கு வேலைகள் தொடங்கப்பட்டு நின்றுபோயுள்ளதைக் காணும்போது சாளுவன்குப்பத்திலுள்ள பாறைகள் பலவற்றிலும் சிறந்த கலைச்சின்னங்களை உருவாக்க பல்லவச் சிற்பிகள் முனைந்திருந்தனர் என்பதை உணர முடிகிறது. மேலும் கடற்கரைக் கோயிலின் தென்பால் ஒரு பெரிய கோயிலின் அடித்தளம் அண்மையில் தொல்லியல் துறை யினரால் தோண்டியெடுக்கப்பட்டுள்ளதைக் காணும்போது தெற்கே ஐந்து ரதம் தொடங்கி வடக்கே சாளுவன்குப்பம், மேற்கே பூஞ்சேரி கிராமம் வரை எண்ணற்ற கலைப் படைப்புகளை உருவாக்கும் முயற்சி இருந்துள்ளதை உணர முடிகிறது. சோழர்கள் காலத்தில் சாளுவன்குப்பம் 'ஆமூர்க் கோட்டத்துத் திருவிழிச்சில்' என்று அழைக்கப் பெற்றமையைக் கல்வெட்டுக் கூறுகிறது.

புலிக்குகை

சாளுவன்குப்பத்துப் பிற சின்னங்களை நோக்க, அவற்றின் தென்பகுதியில் அமைந்துள்ளது புலிக்குகை. 'புலிக்குகை', 'யாளி மண்டபம்' என்றெல்லாம் அழைக்கப்பெறும் இது ஒரு நடுத்தர உயரமுள்ள பாறையில், கிழக்கே கடற்கரை நோக்கியும் வடக்கு நோக்கியும் உருவாக்கப்பட்டுள்ள சின்னமாகும்.

இப்பாறை வலப்புறம் சற்று நீள்வட்டமாக அமைந்துள்ளது. ஓடும் சிறிய பிளவுக்குப் பின்னர் இடப்புறம் அதனினும் உயரத்தில் குறைந்து ஓரத்தில் சரிவாகக் கீழிறங்கி முடிகிறது. இந்தப் பரப்பு முழுவதும் சிற்பிகளால் பயன்படுத்தப்பட்டுள்ளது.

இடப்பக்கம் உள்ள நீள்வட்டப் பாறையே இது 'புலிக்குகை' என்று பெயர் பெறக் காரணமானது. தரைக்கு மேல் ஏறக்குறைய மூன்றடி உயரத்திலிருந்து இப்பாறை செதுக்கப்பட்டுள்ளது. முதலில் ஐந்து படிகள், நடுவிலுள்ள 'மண்டபத்திற்குச்' செல்வதற்காக அமைக்கப்பட்டுள்ளன. அதன் இருபுறங்களிலும் முன்கால் ஒன்றினை மார்பருகே தூக்கிய வண்ணம் இரண்டு யாளிகள் அமர்ந்துள்ளன. உடல்கள் வடக்கு, தெற்கு நோக்கியிருப்பினும் அவற்றின் முகங்கள் நேராக அமைந்துள்ளன. ஆயினும் முதற்கட்டச் செதுக்கு வேலையோடு பணி நின்றுபோயுள்ளது. படிகளும் திருத்தம் செய்யப்படாமல் காட்சியளிக்கின்றன.

அழகிய அடித்தளத்தின்மீது, ஏறத்தாழ 6 அடி உயரம், 6.10 அடி அகலம், 3.10 அடி ஆழம் கொண்டு செவ்வக வடிவில் மண்டபம் காட்சி யளிக்கிறது. மண்டபத்தின் முன்னுள்ள அரைத்தூண்களில் முன்னிரு கால்களையும் உயர்த்திப் பாய்ந்து செல்லும் யாளிகள்மீது உயர்த்திய கரங்களுடன் வீரர்கள் அமர்ந்து செல்லுகின்றனர். மண்டபத்தின் இரு புறங்களிலும் சற்று உள்ளடங்கி இரண்டு உட்கோட்டங்கள் காணப் படுகின்றன.

நீள்வட்ட வடிவில் பாறை அமைந்துள்ளது. இதன் உயரம், தரை யிலிருந்து ஏறக்குறைய 22 அடியாகும். இதில் மண்டலமாக 11 யாளிகளின் தலைகள், யாளித் தோரணமென அமைந்துள்ளன. மண்டபத்தின் உச்சியில் மூன்று யாளிகள் நேராக அமைந்துள்ளன. நடுவிலுள்ள யாளித் தலை சரியான நேர்கோணத்தில் இருக்க, ஏனைய இரண்டும் சற்றுச் சாய்வாக அமைந்துள்ளன. வலப்புறத்திலும் இடப்புறத்திலும் நான்கு நான்காக யாளித் தலைகள் உள்ளன. யாளிகள் சிங்க முகமும் இரட்டைக் கொம்புகளும் கொண்டுள்ளன.

நெற்றிப் பகுதியிலிருந்து புருவத்தின் தொடர்ச்சியாகச் செல்லும் கொம்புகள் நீண்டு பின்னோக்கி வளைந்துள்ளன. திறந்துள்ள வாய்களில் கூர்மையான கோரைப்பற்கள் நீண்டு வெளிவந்துள்ளன. ஏனைய பற்களும் தெளிவாகக் காணப்படுகின்றன. வாய்திறந்து பற்கள் தெரிகின்ற நிலையில் அவை சினமுடன் கர்ஜிப்பதாகத் தென்படுகின்றன. அனைத் திற்கும் கீழாக இரு பக்கங்களிலும் உள்ள யாளித் தலைகள் பிறவற்றை விடத் திருத்தமற்ற நிலையில் தொடக்கநிலைப் பணியுடன் நின்றுபோய்க் காட்சியளிப்பதை நோக்கும்போது சிற்பிகள் உச்சியிலிருந்து கீழாகச் செதுக்கி வந்துள்ளனர் எனத்தெரிகிறது.

அதற்குத் தென்புறம், சற்று உயரம் குறைந்து சென்று சரிந்து முடியும் பாறையில் அம்பாரிகளுடன் இரண்டு யானைகள் செதுக்கப் பட்டுள்ளன. முதலில் உள்ள யானையின் தலை சற்று உருண்டைத் தன்மையில் காணப்படுகிறது. இரண்டு தந்தங்களுக்கிடையே துதிக்கை வளைந்து அதன் இடது பக்கமாக மேலுயர்ந்து காணப்படுகிறது. இன்னும்

புலிக்குகை

மாமல்லபுரம்: புலிக்குகை

சிம்மக் கோயில், புலிக்குகை வடக்குப் பக்கம்

பணி நிறைவடையாமல் விரிந்த செவிகள் தடித்த விளிப்புகளுடன் விளங்குகின்றன. முன்வைக்கப்பட்டுள்ள கால்கள் தெளிவற்றுள்ளன. யானை ஏறக்குறைய அடிவயிற்றைத் தரையில் வைத்து அமர்ந்துள்ள பான்மையை அக்கால்கள் தோற்றுவிக்கின்றன. யானையின் பிடரியில் அரைவட்ட, இலாட வடிவான அமைப்புடைய அறையொன்று காணப் படுகிறது. அதனுள் இடக்கையினைத் தொடைமீது வைத்து வலக்கையினை உயர்த்தி, மலர் ஏந்தியிருப்பது போன்ற பாவனையுடன் உருவமொன்று காணப்படுகிறது. அது இடக்கால் தொங்கவிட்டு வலக்கால் மடித்த சுகாசனநிலையில் உள்ளது. உருவம் முற்றுப் பெறாததால் அல்லது தேய்ந்து போயுள்ளதால் அடையாளம் காண இயலவில்லை.

மேற்கூறிய யானையின் வலது பக்கம் மற்றொரு யானை அம்பாரியுடன் காட்சியளிக்கிறது. யானையின் தலை செதுக்குப்பணி முற்றுப் பெறவில்லை. செவிகள் திருத்தமற்று, விளிம்புகள் பட்டையாய்க் காணப்படுகின்றன. இரண்டு தந்தங்களுக்கிடையே துதிக்கை வளைந்து இடப்பக்கமாக உயர்ந்து காணப்படுகின்றது. கால்கள் செதுக்கப்பணி பெறாமல் உள்ளன. பிடரியில் உள்ள அம்பாரி இலாட வடிவிலான முகப்புடன் கூடிய அறையாகும். அவ்வறையின் பின் சுவரில் வலக்கையை மடித்து உயர்த்தி இடக்கையை மடி மீது வைத்தவண்ணம் உருவமொன்று காணப்படுகிறது. அது சம்மணமிட்டு அமர்ந்திருப்பதாகத் தோன்றுகிறது.

அவ்விரு யானைகளுக்குமிடையே பெரிய தூணொன்று காணப் படுகிறது. அதுவும் முற்றுப் பெறாமல் காட்சியளிக்கிறது. இடக்கோடியில் குதிரையொன்று காட்சியளிக்கிறது. அதுவும் மிகத் தொடக்க நிலையிலான செதுக்குப் பணியையே பெற்றுள்ளது. இப்பாறையின் வடக்குப் பக்கத்தில் சிம்மக் கோயிலொன்று செதுக்கும் முயற்சி தொடங்கப்பெற்று நின்று போயுள்ளது. சிம்மம் பெரிய தலையுடன் காணப்படுகிறது. இதன் மார்புப்பகுதியில் கருவறை உருவாக்கும் முயற்சியும் காணப்படுகிறது. சிம்மத்தைச் சுற்றிலும் பாறை செதுக்கப்பட்டுள்ளது.

புலிக்குகையின் முன்னால் ஏறத்தாழ 69 அடி நீளமும், 60 அடி அகலமும் கொண்ட தொட்டி போன்றதொரு அமைப்புக் காணப்படுகிறது. காலந்தோறும் ஏற்பட்ட மண் மேட்டின் காரணத்தால் இப்பகுதி அமைந்து தற்போது தொல்லியல் துறையினரால் பக்கச்சுவர்கள் எழுப்பப் பட்டு இவ்வடிவத்தில் உள்ளது.

சிறு சிற்பங்கள் (Minor Sculptures)

மாமல்லைச் சின்னங்களில்,

- திரிமூர்த்தி குடைவரையின் பின்னுள்ள யானைக்கூட்டம்.
- அதிரணசண்டேசுவரத்தின் முன்னுள்ள கொற்றவை—மகிடாசுரன் போர்க்காட்சி.
- கடற்கரையிலுள்ள புலிக்குகை.

ஆகியன விந்தையாக அமைந்துள்ள சிறு சிற்பங்கள் ஆகும். இவ்வாறு வகைப்படுத்தும் போது அவற்றிற்கான பெரிய உருச்சிற்பங்கள் உள்ளன என்பதை மறுதலையாக உணர்தல் வேண்டும்.

திரிமூர்த்தி குடைவரையின் பின்புறம் நான்கு யானைகள் நீராடி மகிழும் காட்சி சித்திரிக்கப்பட்டுள்ளது. ஒரு யானை பேருருவில் காட்டப்பட்டுள்ளது. அதன் கீழ் இரு யானைகளும் மேலே பின்புறம் ஒரு யானைத் தலை மட்டும் காட்டப்பட்டுள்ளது. இடதுபக்கம் மேற்புறமாக ஒரு குரங்கும் மயிலும் காணப்படுகின்றன. இச்சிற்பத்தொகுதி அர்ச்சுனன் தபசு சிற்பத்தொகுதி யானைக் கூட்டத்தை ஒத்துள்ளது.

அர்ச்சுனன் தபசு - சிறு சிற்பம்

சாளுவன்குப்பத்து அதிரணச் சண்டேசுவரத்தின் முன்னர் கிழக்குப்பக்கம் ஒரு சிறு பாறைத் துண்டு உள்ளது. அதில் 5 அடி 9.5. அங்குல நீளமும் 2 அடி 10 அங்குலமுடைய பரப்பில் கொற்றவை – மகிடன் போர்க்காட்சி சித்திரிக்கப்பட்டுள்ளது. போரிடும் கொற்றவை – மகிடன் தவிர்த்து ஆறு பூதகணங்களும் நான்கு அசுரர்களும் கொற்றவையின் வாகனமான அரிமாவுடன் மற்றொரு சிங்கமும் சித்திரிக்கப்பட்டு உயிர்த்துடிப்புடன் இச்சிற்பம் காட்சி தருகிறது. இப்போர்க்காட்சியும் அதன் வெளிப்பாட்டு முறையும் மகிடாசுரமர்த்தினி குடைவரையிலுள்ள உலகப் புகழ்பெற்ற சிற்பத்தை நினைவூட்டுகின்றன.

மகிடாசுரமர்த்தினி - சிறு சிற்பம்

இவற்றை போலவே கடற்கரைக் கோயிலின் தென்புறம் கடல்மணல் வெளியில் காணப்படும் பாறைகளில் சித்திரிக்கப்பட்டுள்ள காட்சிகள் சாளுவன்குப்பத்துப் புலிக்குகையை நினைவூட்டுகின்றன.

இச்சிறு சிற்பங்கள் பெரும்சிற்பங்களில் சித்திரிக்கப்பட்ட காட்சி களையே ஒத்திருந்தாலும் சில நுட்பமான வேறுபாடுகளையும் கொண்டுள்ளன. சான்றாக, திரிமூர்த்தி குடைவரையின் பின்னுள்ள யானைக்காட்சியில் ஏறக்குறைய தலைகீழாக நின்று துதிக்கையின் துணையின்றி வாயால் நீர்பருகும் யானை பெரிய அர்ச்சுனன் தபசு யானைக் கூட்டத்துள் இடம் பெறவில்லை.

அதுபோல் அதிரணசண்டேசுவரத்துப் போர்க்காட்சியில் கொற்றவை வலக்காலைத் தரையில் ஊன்றி இடக்காலைச் சிம்மத்தின்மீது வைத்துள்ளாள்; ஆனால் மகிடாசுரமர்த்தினி குடைவரைக் காட்சியில் சிங்கத்தின் மீது அமர்ந்து வருகிறாள். சிறு சிற்பத்தில் இரண்டு சிங்கங்கள், காட்டப்பட்டிருக்கப் பெரும் சிற்பத்தில் வாகனமான சிம்மம் மட்டுமே உள்ளது. அதேபோல் உருவங்கள் எண்ணிக்கையிலும் செயல்களிலும் சில மாறுபாடுகள் உள்ளன.

கடற்கரைப் புலிக்குகையின் கருவறையின் உட்புறம் காணப்படும் உருவம் சாளுவன்குப்பத்தில் யானை மீதுள்ள அம்பாரியின் உட்புற உருவத்தை நினைவூட்டுவதையும் இவற்றுடன் சேர்த்தெண்ணலாம்.

சிறு சிற்பங்களை பல்லவச் சிற்பிகள் வடித்துள்ளதன் நோக்கத்தை இன்று உணருவது சாத்தியமற்றது.

இக்காட்சிகள் பெருங்காட்சிகளைச் செதுக்குவதன் முன்னர் செய்து பார்த்த மாதிரி வடிவங்களா? அல்லது இவற்றைத் தனிச் சிற்பங்களாகக் கண்டு ரசிக்க வேண்டுமா? இவை ஏன் பெரும் சிற்பங்களுடன் இணைத்தெண்ணப் பொருத்தமற்ற இடங்களில் வடிக்கப்பெற்றுள்ளன? என்பன போன்ற வினாக்களுக்கு நிறைவளிக்கும் விடைகள் இல்லை. ஆயினும் அவை தனியே கண்டு மகிழ்வதற்கும் உரியன என்பதில் ஐயமில்லை. சிறு அளவினதாக இருப்பினும் சிற்பிகள் காட்டியுள்ள ஈடுபாடும் செய்துள்ள கலை நுட்பங்களும் வியக்கச் செய்கின்றன. இவற்றிற்கும் மேலாக, பெரும் சிற்பங்களை மேலும் நுட்பமாக உணர்வதற்கு இவை பயன்படுகின்றன என்பதும் உண்மையாகும்.

இவ்வடிப்படையில் கடற்கரையிலுள்ள சிறு புலிக்குகையை அறிந்து கொள்வது சாளுவன்குப்பத்துப் புலிக்குகையை உணர்ந்துகொள்ளப் பயன்படும் என்பதில் ஐயமில்லை.

கடற்கரைச் சிறு புலிக்குகை

கடற்கரைக் கோயிலுக்குத் தெற்கே கடற்கரை மணற்பரப்பில் ஓரிடத்தில் அருகருகே ஏழு பாறைத் துண்டுகள் காணப்படுகின்றன. அவற்றுள் மூன்று சிறுபாறைகளில் சிற்பங்கள் வடிக்கப்பெற்றள்ளன. வடபுறத்துப் பாறையில் மேற்கு நோக்கியும், தென்புறப்பாறையில் கிழக்கு, மேற்கென முழுப்பாறையிலும் முன்னுள்ள பாறையில் முழுமையாகவும் சிற்பங்கள் செதுக்கப்பெற்றுள்ளன. ஆதலால் இவற்றை ஒற்றைக் கற்றளிகளாக (Monolithics) உணர முடிகிறது.

வடபுறத்தில் சற்று முன்புறம் சாய்வாகவும் பருமனற்று ஏறக்குறைய மேற்பகுதி தட்டையாகவும், ஏறத்தாழ 7.10 அடி உயரமும், 6.3 அடி அகலமும் உள்ள பாறையில் புலிக்குகை வடிக்கப்பெற்றுள்ளது.

இதன் கருவறை வெளிப்புறம் நீள்செவ்வகமாகவும் உட்புறம் ஓரங்கள் வளைந்த தன்மை கொண்டும் அழகுறத் திகழ்கிறது. உட்புறம் சம்மணமிட்டு ஓர் உருவம் அமர்ந்த நிலையில் காணப்படுகிறது. இரண்டு

புலிக்குகை - சிறு சிற்பம்

கைகளையும் தொடையில் ஊன்றியுள்ள தோரணையில் காணப்படும் இவ்வுருவம் மிகவும் தேய்ந்துள்ளமையால் யாரைக் குறிக்கின்றதென அடையாளம் காண இயலவில்லை. கருவறையின் அடியில், அடித் தளத்திற்கு மேல், இருமுனைகளிலும் பூதகணங்கள் நிற்கின்றன. அவை தங்கள் கைகளில் இசைக்கருவி அல்லது ஆயுதம் போன்ற ஏதோ பொருட்களை வைத்துள்ளன. கருவறையின் நேர்கீழே இருப்பது உருவங்களா எனத் தெளிய இயலவில்லை.

கருவறையைச் சூழ்ந்து ஐந்து யாளித்தலைகள் காணப்படுகின்றன. கருவறை உச்சியில் உள்ள யாளித்தலை நேர்முகமாக இருக்க, இருபுறங்களிலும் இரண்டிரண்டாக நான்கு யாளித் தலைகள் பக்கவாட்டுத் தோற்றத்தில் காணப்படுகின்றன.

கொற்றவையின் சிறு சிம்மக்கோயில்

புலிக்குகைப் பாறையின் தென்புறமுள்ள பாறையில் கிழக்கு முகமாகச் சிம்மக்கோயில் வடிக்கப்பெற்றுள்ளது. இப்பாறை வலப்புறம் உயர்ந்தும் இடப்புறம் தாழ்ந்தும் காணப்படுகின்றது. இதன் உயரம் 6 அடி அகலம் 10 அடி 6 அங்குலமாகும். பாறையின் மொத்தச் சுற்றளவு 35.5 அடியாகும்.

கர்ஜிக்கும் நிலையில் சிம்மம் அமர்ந்துள்ளது. அதன் வலது முன்கால் ஊன்றப்பட்டுள்ளது. இடது முன்கால் மார்பருகே வைக்கப்பட்டுள்ளது. இதன் மார்பில் 2 அடி உயரமும் 1.5 அடி அகலமும் 1 அடி ஆழமும் கொண்டதாக ஒரு கருவறை காணப்படுகிறது.

கருவறையின் உட்புறம் எருமைத் தலை மீது துர்க்கை எட்டுக்கரங்களுடன் காட்சிதருகிறாள். அவளது இடதுகால் மடித்துச் சிங்கத்தின் மீது வைக்கப்பட்டுள்ளது. வலதுகால் தொங்கவிடப்பட்டுள்ளது. இடது முன்கை முழங்கால் மீது வைக்கப்பட்டுள்ளது. இடது பின்கை வில்லினை ஊன்றியுள்ளது. வலப் பக்கக் கரங்கள் சிதைவுற்றுள்ளன. தலையில் மகுடமும் செவிகளில் அணிகலன்களும் திகழ்கின்றன.

கருவறைக்கு வெளியே இரண்டு அடியவர்கள் கொற்றவை வழிபாடியற்றுகின்றனர். இடப்புறம் உள்ளவர் வலக்காலினை

கொற்றவையின் சிம்மக்கோயில், முன்புறம் - சிறு சிற்பம்

வீரமண்டியாக ஊன்றி, இடது கையால் குடுமியைப் பற்றி, வலது கையில் உள்ள வாளால் தன் தலையைத் தானே அரிந்து பலி கொடுக்கிறார்.

வலப்பக்கம் உள்ளவர் மண்டியிட்ட நிலையில் தன் கைகளில் ஏந்திய ஏதோ ஒரு பொருளைத் தேவிக்குக் காணிக்கையாக வழங்குகிறார். அது மலராக இருக்கலாம். வராகர் குகையிலும் திரௌபதி இரதத்திலுமுள்ள அடியவர்களையே இவை நினைவூட்டுகின்றன.

சிம்மத்தின் ஊன்றியுள்ள பின்கால் தொடைமீது ஆயுதம் அல்லது இசைக்கருவி போன்ற ஏதோ ஒன்றினைப் பற்றிய வண்ணம் பூதகணம் ஒன்று அமர்ந்துள்ளது.

சிம்மத்தின் வடக்குப் பக்கம் உள்ள பாறை பிளவுபட்டுக் காணப்படுகிறது. செவ்வக வடிவான அடிப்பகுதியில் நான்கு பூதங்கள் பருத்த வயிற்றுடனும் உருண்டு திரண்ட கால் கைகளுடனும் காணப்படுகின்றன. சிம்மத்தின் அருகிலுள்ள பூதம் தன் இடது கையினை இடுப்பில் ஊன்றி உள்ளது. அடுத்துள்ள பூதம் வலது கையினை உயர்த்தி, இடது கையினை மூன்றாவது பூதத்தை நோக்கி நீட்டியுள்ளது. மூன்றாவது பூதம் தன் இடது கையில் வில் அல்லது கம்பு போன்ற ஒருபொருளைத் தரையில் ஊன்றியுள்ளது. இறுதியாக நிற்கும் பூதம் இடது கையில் கத்தி போன்ற ஒன்றை ஏந்தியுள்ளது. அது தன் வலது கரத்தை உயர்த்தியுள்ளதாகத் தெரிகிறது.

இப்பாறைக்கு மேலுள்ள பாறைத்துண்டு உடைபட்டுள்ளது. அது மூலப் பாறைக்கு உரியதாக இல்லாமலும் இருக்கலாம். அதில் ஓர் ஆண் ஒரு பெண் என எண்ணத்தக்க இருவர் அரையுருவாகக் காட்டப்பட்டுள்ளனர்.

பின்பக்கம் இப்பாறை இரண்டாகப் பிளவுபட்டுள்ளது. பாறையின் தெற்குப் பக்கம் கால்களைப் பரப்பிப் படுத்திருப்பது போன்று யானையொன்று காணப்படுகிறது. தந்தங்களைக் கொண்ட ஆண் யானையாகிய அதன் துதிக்கை வளைந்து இடப்பக்கக் கால் மீது படிந்துள்ளது. செவிமடல்கள் நுட்பமாக வடிக்கப்படவில்லை. அதன் கழுத்தின்மீது இலாட வடிவமான அமைப்பொன்று காணப்படுகிறது. அதன் உட்புறத்தில் நீள்சதுர வடிவமான அறை உள்ளது. அவ்வறையின் பின் சுவரில் சம்மணமிட்டு அமர்ந்த நிலையில் உருவொன்று காட்டப்பட்டுள்ளது. அதன் தலையை உயர்ந்த மகுடமொன்று அலங்கரிக்கிறது. இடக்கரம் தொடை மீதிருக்க வலக்கரம் மார்பருகில் உயர்த்திக் காட்டப்பட்டுள்ளது. மிகவும் தேய்ந்து தெளிவற்றுள்ளதால் இவ்வுரு யார் என அடையாளம் காண இயலவில்லை.

இந்த யானையின் வடபுறம் ஸ்வஸ்திக் அமைப்பில் கால் ஊன்றி வலது கையை மடக்கி மேலுயர்த்தியுள்ள உருவமொன்று நிற்கிறது. இதன் இடதுகையில் உள்ள வில் தரையில் ஊன்றப்பட்டுள்ளது. திரௌபதி ரதம் வாயிலில் தென்புறமுள்ள காவற் பெண்ணையும் கோடிக்கால் மண்டபக் காவற் பெண்ணையும் இவ்வுருவம் நினைவுபடுத்துகிறது.

கொற்றவையின் சிம்மக்கோயில், பின்புறம் - சிறு சிற்பம்

யானையின் தென்புறம் அழகிய ஆண் குதிரையொன்று வடிக்கப் பெற்றள்ளது. இது 4 அடி உயரமும் 4 அடி 9 அங்குல நீளமும் கொண்டுள்ளது. திரட்சிமிக்க உடல் வளைவுகளுடன் காணப்படும் இக்குதிரை ஓடிவரும் பான்மையில் கால்களை வைத்துள்ளது. இதனுடைய கால்களில் மூட்டுகள் மற்றும் குளம்புகள் மிக இயல்பாகவும் நுட்பமாகவும் சித்திரிக்கப்பட்டுள்ளன. உடலின் முக்கால் பாகம் வெளியே தென்படுவ தால் ஏறக்குறைய முழுச்சிற்பம் போலவே காட்சியளிக்கிறது.

தரையிலிருந்து 2 அடி உயரத்திற்குப் பின்னர் யானைச் சிற்பம் உள்ளது. யானையின் தலை 4 அடி உயரமுடையது. அதன்மீதுள்ள இலாட வடிவானது 2 அடி 3 அங்குல அகலமுடையது. அதனுள் 1 அடி 6 அங்குல உயரமும் 1 அடி 4 அங்குல அகலமுடையதாக அறை அமைந்துள்ளது.

கொற்றவையின் சிம்மக் கோயில் முன்பாக உள்ளதொரு தனிப் பாறையில் படுத்திருக்கும் நிலையில் சிம்மம் ஒன்று வடிக்கப் பெற்றுள்ளது. இது 8 அடி 8 அங்குல நீளமும் 2 அடி 8 அங்குல உயரமும் உடையது. அது தலையைப் பக்கவாட்டில் திரும்பிப் பார்க்கிறது. இச்சிங்கம் செதுக்கத் தொடங்கப்பட்ட முதல்நிலையிலேயே நின்று போயுள்ளது. இருப்பினும் முழங்கும் வாயும் கூரிய பற்களும் பிதுங்கும் கண்களும் இதன் சினம்கொண்ட நிலையையும் ஆற்றலையும் புலப்படுத்துகின்றன.

இப்பாறைச் சிறு சிற்பங்கள் நுட்பமாக விளங்கிக் கொள்ளப்பட வேண்டியன ஆகும். இவற்றை முப்பெரும் கூறுகளாகப் பகுத்துணர முடியும்.

— புலிக்குகை.

— சிம்ம வாகனத்துடன் கூடிய கொற்றவை கோயில்

— யானை மீது அம்பாரியுள் அமர்ந்துள்ள தெய்வ உரு மற்றும் அதனருகிலுள்ள குதிரை

கொற்றவைக் கோயிலான சிம்மக் கோயில் கடற்கரை வளாகத்தில் இடம்பெற்றுள்ள சிம்மக் கோயிலோடு கொண்டுள்ள ஒப்புமை வெளிப்படை. சிம்மம் அமர்ந்துள்ள பான்மையிலும் கருவறையிலும் கொற்றவை வடிவத்திலும் பெருமாற்றம் ஏதுமில்லை.

கருவறைக்குக் கீழே தலையை அரிந்து தற்பலி கொடுப்பவரும் மலர்கொண்டு வழிபடுபவரும் கடற்கரைக்கோயில் சிம்மத்தின் கீழ் இல்லை. இங்குள்ள பூதகணங்களின் வரிசைக்குப் பதிலாக அங்கே சங்கூதும் ஒரு பூதம் மட்டும் காட்டப்பட்டுள்ளது. சிம்மத்தின் காலில் இங்குப் பூதகணம் அமர்ந்திருக்க, கடற்கரைக் கோயிலில் இரண்டு பெண் வடிவங்கள் காட்டப்பட்டுள்ளனர். மாறாக இதில் பின்புறம் ஒரு காவற் பெண் வடிக்கப்பெற்றுள்ளாள். இங்கு கொற்றவையின் முன் சிம்ம வாகனம் காட்டப்பட்டிருக்க அங்கே மான் வாகனம் காட்டப்பட்டுள்ளது.

இப்பாறையின் பின்புறம் அம்பாரியுடன் காட்டப்பட்டுள்ள யானையும் ஓடும் குதிரையும் சாளுவன்குப்பத்துப் புலிக்குகையில் காட்டப்பட்டுள்ளன. ஆனால் சாளுவன்குப்பத்தில் காட்டப்பட்டுள்ள மற்றொரு அம்பாரி யானை இங்குக் காட்டப்படவில்லை.

புலிக்குகையின் உட்புறம் உள்ள உருவம் சாளுவன்குப்பத்தில் யானையின் மீது அம்பாரிக்குள் காட்டப்பட்டுள்ள உருவம் போன்ற பான்மையில் விளங்குகிறது. இங்குக் காட்டப்பட்டுள்ள பூதகணங்கள் சாளுவன்குப்பத்தில் காணப்படவில்லை. சாளுவன்குப்பத்துப் புலிக்குகை மண்டபம் செவ்வக வடிவமானது. கடற்கரையிலுள்ள புலிக்குகை கருவறை உயரம் மிகுந்தும் அகலம் குறைந்தும் காணப்படுகிறது.

சாளுவன்குப்பத்துப் புலிக்குகை

மாமல்லையில் காணப்பெறும் மேற்குறிப்பிட்ட புதுமையான கோயில்கள் குறித்த புரிதல்களுடன் சாளுவன்குப்பத்துப் புலிக்குகையை விளங்கிக் கொள்ள முயற்சி செய்யலாம்.

கொற்றவைக்குரிய சிம்மக் கோயில்

சாளுவன்குப்பத்துப் பாறையின் வடபுறம் உள்ள சிம்மக்கோயில், கடற்கரை வளாகத்திலும் கடற்கரைச் சிறுசிற்பத்திலும் காணப்படும் வடிவங்களோடு பொருந்திச் செல்வதாகும். ஆனால் மிகத் தொடக்க நிலையிலேயே பணி நின்று போனதால் விளக்கங்கள் ஏதுமன்றித் தற்போது காணப்படுகிறது. இது முற்றுப்பெற்றிருந்தால் மார்புப் பகுதி கருவறையில் எருமைத் தலைமீதமர்ந்த கொற்றவையைப் பெற்றிருக்கும்; அத்துடன் சிங்கம் அல்லது மான் வாகனத்தையும் பூதகணங்களையும் பெற்றிருக்கும் என்பதில் ஐயமில்லை.

ஆகவே, இது கொற்றவைக்குரிய தனிச் சிம்மக் கோயிலாகும்.

இரு யானைகள்

புலிக்குகையில் தென்புறம் உள்ள யானைகளின்மீது காணப்படும் தெய்வ வடிவங்கள் குறித்த முடிவான கருத்தில்லை. ஆயினும் யானைகள் இங்குத் தெய்வங்களின் வாகனமாக அமைந்துள்ளமை கொண்டு, அவற்றின்மீது அமர்ந்துள்ளோரை அடையாளம் காணும் முயற்சி மேற்கொள்ளப்பட்டுள்ளது.

இந்திரன், இந்திராணி, சிவன், உமை, திருமால், திருமகள், முருகன், ஐயனார் ஆகிய தெய்வங்களுக்கு யானை வாகனம் உண்டென்பர்.[6]

ஆயினும் விழாக்கால ஊர்வலங்களில் மட்டுமன்றிச் சிறப்பாகக் கற்பிக்கப்படும் வாகனங்களில் யானை வாகனமானது முருகன், இந்திரன், ஐயனார் ஆகிய தெய்வங்களுக்கே உரியதெனலாம்.

யானையை வாகனமாகக் கொண்ட இம்மூன்று தெய்வங்களில் ஐயனார் வழிபாடு கிராமதேவதை வழிபாடாக அமைந்துவிட்டது. பல்லவர் காலத்தில் இவ்வழிபாடு சிறந்திருந்திருந்து என்பதற்கோ தனிக் கோயில்கள் எடுக்கப்பெற்றன என்பதற்கோ ஆதாரமிருப்பதாகத் தெரிய வில்லை. ஆகவே, பல்லவர்கள் காலத்தில் போற்றப்பெற்ற சுப்பிரமணியர், இந்திரன் ஆகியோரே இங்குச் சித்திரிக்கப்பட்டுள்ளனர் எனக் கருதுவதே ஏற்புடையதாகும்.

பல்லவர்களின் குடைவரைக் கோயில்கள் என்னும் புகழ்பூத்த நூலினை இயற்றிய அறிஞர் கூ.ரா. சீனிவாசன் ‘இரண்டு யானைகளும் இந்திரனை அல்லது ஒன்று இந்திரனையும் மற்றொன்று ஸ்கந்தனையும் குறிப்பதாகலாம். ஏனெனில் இருவரும் யானை வாகனம் கொண்டவர்கள். மேலும் ஸ்கந்தன் பல்லவர்களின் பெருவிருப்பத்திற்கு உரியவனாவான்’[7] எனக் குறிப்பிட்டுள்ளமை ஈண்டுக் கருதத்தக்கது.

பல்லவர் காலத்தில் முருக வழிபாடு சிறந்திருந்தது. சிவன் கோயில்களில் பரிவார தெய்வமாக மட்டுமன்றித் தனிக் கோயில்களும் எடுக்கப்பட்டு முருக வழிபாடு சிறந்திருந்ததைத் தற்போதைய அகழ்வாய்வுகளும் உறுதிப்படுத்துகின்றன.

> மகேந்திரவர்மன் ஆட்சியின் தொடக்க காலத்திலும் அதற்கு முன்பாகவும் பிரமன், சிவன், திருமால் ஆகிய மூன்று தெய்வங்களும் ஒரே நிலையில் வணக்கப்பட்டனர். மகேந்திரவர்மனின் ஆட்சியின் பின்பகுதியில் சிவனுக்கு முக்கியத்துவம் அதிகரித்துவிட்டது. எனவே சிவன் முழு முதல் தெய்வமாகவும் பிரமனுக்குப் பதில் பிரம்மண்யனுக்கு முக்கியத்துவமும் ஏற்பட்டுவிட்டன. ஆதலால் தான் கடல்மல்லையில் முருகன், சிவன், விஷ்ணு ஆகியோருக்குக் குடைவரைக் கோயில்களையும் ஒற்றைத் தளிகளையும் காண முடிகிறது.[8]

என்ற நடன. காசிநாதன் கருத்தும் இங்குக் குறிப்பிடத்தக்கது. மாமல்லையில் தர்மராச ரதம், மும்மூர்த்தி குகை, அர்ச்சுன ரதம் ஆகிய கோயில்களில் முருகன் உருவம் காணப்படுகிறது. முன்னிரண்டு இடங்களிலும் உள்ள முருகனை ‘பிரம்ம சாஸ்தா’ வடிவம் என்பர்.[9]

அர்ச்சனன் ரதத்து முருகன்

ஐந்து ரதப்பகுதியில் திரௌபதி ரதத்தினை அடுத்திருக்கும் ஒற்றைக் கற்றளி எந்தக் கடவுளுக்காக எடுக்கப்பெற்றது என்பதில் அறிஞர்களிடம் ஒருமித்த கருத்து இல்லை. இது சிவனுக்கு உரியதாகவோ அல்லது முருகனுக்கு உரியதாகவோ இருக்கலாம் என்பது பெரும்பான்மை யானோரின் கருத்தாகும்.

பிணிமுகத்தில் அமர்ந்த முருகன், அர்ச்சனன் ரதம்

இக்கோயிலின் பின்பக்கச் சுவர் ஐந்து கட்டங்களாகப் பகுக்கப்பட்டுக் கோட்டங்கள் உருவாக்கப்பட்டுள்ளன. இருமுனைகளிலும் துவார பாலகர்கள் நிற்கின்றனர். நடுநாயகமாக யானைமீது ஓர் ஆணுருவம் அமர்ந்துள்ளது.

யானை மிகவும் எழில் வாய்ந்ததாக வடிக்கப்பெற்றுள்ளது. அதற்குத் தலைப்பகுதி மட்டுமே காட்டப்பட்டுள்ளது. வளைந்து தொங்கும் பெரிய காதுகள் அசைவன போல் இயல்பாகக் காட்சி தருகின்றன. யானைக்கு இடது தந்தம் மட்டும் உள்ளது. வலது தந்தம் உடைபட்டுள்ளது. நீண்டு தொங்கும் துதிக்கை, நுனியில் வளைந்து சுருண்டுள்ளது. முன்னங்கால்கள் காட்டப்பெறவில்லை. அவை சித்திரிக்கப்படுவதன் முன்னம் பணி நின்று போயுள்ளதெனத் தெரிகிறது.

இந்த யானையின் பிடரிமீது அமர்ந்துள்ள ஆண் வடிவம் வலது கையில் ஓர் மலரினை ஏந்தியுள்ள பாவனையில் உள்ளது. மார்பின் குறுக்காகத் திரண்ட முப்புரி நூல் காணப்படுகிறது. இடக்காதில் பத்ர குண்டலமும் வலக்காதில் குண்டலமும் திகழ்கின்றன. பல்லவ பாணியிலான, உயர்ந்த மகுடம் தலையை அலங்கரிக்கின்றது.

சா. பாலுசாமி

இவ்வுருவம் யார் என்பதிலும் கருத்து வேறுபாடு உள்ளது. யானை வாகனனாகவும் கிழக்கு நோக்கியும் இவ்வுருவம் உள்ளதால் இது கிழக்குத் திசையின் அதிதேவதையான இந்திரனாக இருக்கலாம் என்று சிலர் கருதுகின்றனர். மாறாக, திருமுருகாற்றுப்படையில் முருகன் யானை மீதேறி வருவது குறிக்கப்பெற்றுள்ளது. ஆலயத்தின் கிழக்குப்பக்கம் முருகப்பிரான் உருவம் வைப்பதும் மரபே. ஆதலால் இது முருகனாகவும் இருக்கலாம் என்றும் கருதப்படுகிறது.[10]

முருகன் சிற்பத்துக்குத் தென்புறம் இரு பெண் சிற்பங்கள் உள்ளன. இவை முருகனது தேவிகளான வள்ளி, தெய்வயானை உருவங்களாக இருக்கலாம் என்ற கருத்தும் முன்வைக்கப்பட்டுள்ளது.[11]

மும்மூர்த்தி குடைவரையில் உள்ள முருகனுடனும் தர்மராச ரத முருகனுடனும் ஒப்பிடும் போது, அர்ச்சுனன் ரதத்தில் உள்ள வடிவம் முருகன் என்று துணிய வாய்ப்புள்ளது.

சங்க இலக்கியங்களுள் திருமுருகாற்றுப்படையும் பரிபாடலும் திருமுருகன் இயல்பு பற்றியும் அவன் வழிபடப்படும் முறைமை பற்றியும் விரிவான தகவல்கள் பலவற்றைத் தருகின்றன.

முருகனைத் தொழும் முனிவரது இயல்புகளைத் திருமுருகாற்றுப் படை விவரிக்கிறது.

சீரை தைஇய உடுக்கையர், சீரொடு
வலம்புரி புரையும் வால்நரை முடியினர்
மாசுஅற இமைக்கும் உருவினர், மானின்
உரிவை தைஇய ஊன்கெடு மார்பின்
என்பு எழுந்து இயங்கும் யாக்கையர், நன்பகல்
பலஉடன் கழிந்த உண்டியர், இகலொடு
செற்றம் நீக்கிய மனத்தினர், யாவதும்
கற்றோர் அறியா அறிவினர், கற்றோர்க்குத்
தாம்வரம்பு ஆகிய தலைமையர், காமமொரு
கடுஞ்சினம் கடிந்த காட்சியர், இடும்பை
யாவதும் அறியா இயல்பினர், மேவரத்
துனிஇல் காட்சி முனிவர் ... *(திருமுரு.126—137)*

மரவுரியை அணிந்தவர்; வலம்புரிச் சங்கினைப் போன்ற வெண்மையான நரை முடியினர்; அழுக்கின்றி விளங்கும் மேனியர்; மானின் தோலினைப் போர்த்தவர்; சதை வற்றிய மார்பில் விலா எலும்புகள் தோன்றியசையும் உடலினர்; பகல் வேளை உண்ணுவதைத் துறந்தவர்; கற்றறிந்தோராலும் அறியப்படாத பேரறிவாளர்; கற்றறிந் தவர்க்கும் தாம் எல்லையாகிய தலைமைத்தன்மை உடையவர்; ஆசை, கடுஞ்சினம் ஆகியனவற்றை நீக்கிய அறிவினர்; வருத்தம் சிறிதுமற்றோர்;

ஒருவரிடமும் வெறுப்பற்ற மெய்ஞானமுடையோர் என்னும் இயல்பு களைக் கொண்ட முனிவர்கள் முருகனை வழிபடச் செல்வதாகத் திருமுருகாற்றுப்படை உரைக்கிறது.

மூம்மூர்த்தி குடைவரையில் முருகப்பெருமான் கருவறை வாயிலின் இருபுறமும் முனிவர் இருவர் நிற்கின்றனர். வடக்குப் பக்கம் உள்ள துறவி தலைமுடியினை உச்சியில் கொண்டையாக முடிந்துள்ளார். பார்வைக்குத் தெரியும், தொங்கும் வலச் செவியில் அணிகலன் இல்லை.

முருகன், முனிவர்கள் - மூம்மூர்த்தி குடைவரை

முகத்தில் தாடியும் மீசையும் காணப்படுகின்றன. தாடி, நுனியில் முடிச்சிடப்பட்டுள்ளது. மார்பின் குறுக்காகப் பட்டையான ஆடை காணப்படுகிறது. இடையில் உடுத்தியுள்ள துவராடை கணுக்கால் வரை காணப்படுகிறது. வலது கையில் நீர்க்குடுவை போன்ற ஒன்றினை வைத்துள்ளார். வழிபாட்டிற்கான மலர் இடது கையில் உள்ளது.

கருவறையின் தென்புறம் நிற்கும் முனிவரின் சடைமுடியும் தலை உச்சியில் கொண்டையாக முடியப்பட்டுள்ளது. தொங்கும் துளைக் காதில் அணிகலன் ஏதுமில்லை. எலும்பு உயர்ந்த கன்னச்சரிவில் தாடி காட்டப்பட்டுள்ளது. அது கூர்மையான நுனி முடியப்பட்டுள்ளது. மார்பில் பட்டையான ஆடை காணப்படுகிறது. அதன் நுனி இடது தோள்மீது முன்புறமாகத் தொங்குகிறது. அரையிலுள்ள துவராடை கணுக்கால் வரையிலும் காட்டப்பட்டுள்ளது. இடையில் மூன்று புரியாக அமைந்த பட்டையொன்று காணப்படுகிறது. இடக்கரத்தை இடுப்பில் ஊன்றியுள்ள அவர், வலக்கரத்தில் பெரிய பூ ஒன்றினை ஏந்தியுள்ளார்.

அர்ச்சுன ரதத்தின் பின்புறச்சுவரில் வலமிருந்து இரண்டாவதாக உள்ள கோட்டத்தில் தன் சீடனுடன் நிற்கும் முனிவரின் முடி, தலைமீது உயரமாக முடியப்பெற்றுள்ளது. செவி நீண்டு தொங்குகிறது. நுனியில் முடியப் பெற்றதாகத் தாடி விளங்குகிறது. அவர் தனது வலக்கரத்தில் இசைக்கருவி போன்ற ஒன்றினையும் இடக்கரத்தில் கிண்ணம் போன்ற ஒன்றினையும் ஏந்தியுள்ளார். இடையிலுள்ள துவராடை கணுக்கால் வரை காட்டப்பட்டுள்ளது. அது இன்னும் முழுமையாகச் செதுக்கப் படாமல் உள்ளது.

இவரைப் பின் தொடரும் சீடர் மிக இளையவராகத் தென்படுகிறார். அவரது வலக்கையில் மலர்களும் இடது கையில் நீர்க்குடுவையும் காணப் படுகின்றன. அரையாடை கணுக்கால் வரையிலும் காட்டப் பட்டுள்ளது. 'போதொடு நீர்சுமந்தேத்தி' இவர்கள் செல்வது வழிபாட்டிற்கே என்பதில் ஐயமில்லை.

> சீறடியவர் சாறுகொள எழுந்து;
> வேறுபடு சாந்தமும் வீறுபடு புகையும்
> ஆறுசெல் வளியின் அவியா விளக்கமும்
> நாறுகமழ் வீயும் கூறும்இசை முழவமும்
> மணியும் கயிறும் மயிலும் குடாரியும்
> பிணிமுகம், உளப்படப் பிறவும் ஏந்தி... *(பரி. 8:96—101)*

எனவரும் அடிகள் முருகனை வழிபடச் செல்வோர் மணக் குழம்பு களையும் நறுமணப் புகைப் பொருட்களையும் அடிக்கின்ற காற்றிலும் அணையாத விளக்கிற்கு வேண்டியவற்றையும் மணமிக்க மலர்களையும் இனிய இசையினைத் தரும் மத்தளத்தையும் மணி, கயிறு, கோடரி, பிணிமுகம் எனும் யானை ஆகியவற்றின் உருவங்களையும் எடுத்துச் செல்வர் என்பதை விவரிக்கின்றன.

இதுபோன்ற துறவியர் தம் வழிபாடே இச்சிற்பத்தில் காட்டப் பட்டுள்ளது எனலாம்.

முருகனுக்கு மயிலும் யானையும் வாகனங்கள். சங்க இலக்கியங்கள் யானை வாகனத்தை விதந்து போற்றுகின்றன.

சேய் உயர் பிணிமுகம் ஊர்ந்து ... (பரி. 5: 2)

பிணிமுகம் ஊர்ந்த வெல்போர், இறைவ! (பரி. 17: 49)

எனவரும் அடிகளும்,

வைந்நுதி பொருத வடுஆழ் வரிநுதல்
வாடா மாலை ஓடையொடு துயல்வர,
படுமணி இரட்டும் மருங்கின், கடுநடை,
கூற்றத் தன்ன மாற்றுஅரு மொய்ம்பின்,
கால்கிளர்ந் தன்ன வேழம் மேல்கொண்டு... (திருமுரு.78–82)

கூர்மையான அங்குசத்தினால் குத்தப்பெற்ற தழும்புகளும் செந்நிறப் புள்ளிகளும் நிறைந்த மத்தகத்தில், பொன்னரிமாலை நெற்றிப்பட்டதோடு சேர்ந்து அசைய, தாழ்ந்து தொங்கும் மணிகள் மாறிமாறி ஒலிக்கின்ற பக்கங்களையும் விரைவான நடையினையும் கூற்றுவனை ஒத்த வலிமையினையும் ஓடும்போது காற்று எழுந்து செல்வது போன்ற வேகத்தையும் உடைய யானை மீதேறி முருகன் வருவதாகக் கூறும் திருமுருகாற்றுப்படையின் அடிகளும் முருகனது பிணிமுகம் என்னும் பெயர்கொண்ட யானையையும் அதில் அமர்ந்துவரும் முருகனது கோலத்தினையும் சித்திரிக்கின்றன.

யானையின் மீது அமர்ந்துள்ள உருவத்தின் தலையலங்காரமும் தர்மராச ரதத்திலுள்ள முருகன் மற்றும் மும்மூர்த்தி குடைவரையிலுள்ள முருகன் தலையலங்காரங்களும் பெரிதும் ஒத்திருப்பது கவனிக்கத் தக்கதாகும்.

அத்துடன் முருகனது பெயர் பொறிக்கப்பட்ட பழமைவாய்ந்த கல்வெட்டைக் கொண்ட, கி.பி. 7ஆம் நூற்றாண்டைச் சார்ந்த (கீழ்ப்பெரும் பாக்கம், விழுப்புரம்) சிற்பத்தில் காணப்படும் தலையலங்காரமும் வலது முன் கையில் மலர் ஏந்தியுள்ள பான்மையும் இவ்விடத்தில் பொருத்தி எண்ணத்தக்கனவாகும்.[12]

அண்மையில் சாளுவன்குப்பத்து அகழ்வாய்வில் கண்டறியப்பட்ட கோயில், முருகன் கோயில் என்பதும் பல்லவர்கள் தங்களைப் ‘பரம பிரம்மண்யன்’ என வழங்கிக் கொண்டதும் முருக வழிபாட்டில் அவர்கள் கொண்டிருந்த ஈடுபாட்டை உணர்த்துவனவாகும்.

ஆதலால், அர்ச்சுனன் ரதத்துப் பின்சுவரில் காணப்படும் யானை மீதமர்ந்த வடிவம், பிணிமுகத்தில் வரும் முருகன் என்று கொள்வதிலும் அருகிலுள்ள இருபெண்களும் வள்ளி தெய்வயானையாக இருக்கலாம் எனக் கருதுவதிலும் பிழையில்லை.

பிணிமுகத்தில் அமர்ந்த இக்கோலத்தில் முருகன் ‘கஜவாகனன்’ என அழைக்கப் பெறுவான். ‘கஜாரூடன்’ என்பது இவ்வடிவையே குறிக்கும்.[13]

சிதம்பரம் கிழக்குக் கோபுர வாயிலிலும் பிணிமுகத்தில் முருகன் அமர்ந்திருக்கும் அழகிய சிற்பம் காணப்படுகிறது.[14] அதில் நான்கு கரங்களுடன் முருகன் காட்சியளிக்கிறான்.வலது முன்கரம் அபய முத்திரை காட்டுகிறது. இடது முன்கரம் வரத முத்திரை கொண்டுள்ளது. வலது பின்கரத்தில் வேலும் இடது பின்கரத்தில் குலிசமும் காணப் படுகின்றன.

இரண்டாம் குலோத்துங்கன் (கி.பி. 1138–1150), காடவர்மன் இரண்டாம் கோப்பெருஞ்சிங்கன் (கி.பி. 1243–1279), முதலாம் சடாவர்மன் ஆகியோரால் உருவாக்கமும் திருத்தமும் செய்யப்பெற்ற இக்கிழக்கு இராஜகோபுரம் கஜவாகன வடிவம் காலந்தோறும் போற்றப்பட்டமையை உணர்த்து கின்றது.[15]

தஞ்சை மாவட்டம் திருமருகல் திருக்கோயிலிலும் வள்ளிமலை அருகிலுள்ள மேல்பாடி திருக்கோயிலும் கஜவாகன வடிவங்கள் சிறப்பாக உள்ளன என்பர்.[16]

ஆகவே, அர்ச்சுனன் ரதத்தில் யானை மீது அமர்ந்த கோலத்தில் இருப்பது முருகன் என்றே கருதவேண்டியுள்ளது. திருமூர்த்தி குடைவரை யிலும் தர்மராச ரதத்திலும் நான்கு கரங்களுடன் காட்டப்பட்டுள்ளபோது இங்கு இரண்டு கரங்களுடன் சுப்பிரமணியர் சித்திரிக்கப்பட்டுள்ளது ஏன் என ஐயத்தை ஏற்படுத்தலாம். ஆயினும் விழுப்புரம், கீழ்ப் பெரும்பாக்கச் சுப்பிரமணியர் சிற்பத்தில் தாமரை மலர் மீது வீற்றிருக்கும் கோலத்தில் முருகனைப் பல்லவர்கள் வடித்திருப்பதைக் காணும்போது பல்வேறு வடிவங்களில் அவர்கள் சித்திரிப்பதை உணரமுடிகிறது. அத்துடன் இடப்புறம் உள்ள, வழிபடச்செல்லும் முனிவரும் சீடரும் வலப்புறம் உள்ள இருபெண்டிரும் முருகனின் இயல்புகளுக்கே பொருத்தமாயமைவது குறிப்பிடத்தக்கது.

பல்லவர்களின் இவ்வியல்புகளை மனங்கொண்டு நோக்கும்போது, புலிக்குகையின் தென்பால் உள்ள யானை, பிணிமுகம் என்றும் அதில் ஊர்ந்து வருவது முருகனே என்றும் துணியலாம்.

ஐராவதத்தான்

புலிக்குகையின் தென்புறமும் முருகனை அடுத்து யானைமீது காணப்பெறுவது இந்திரனாகும். அமிர்தத்திற்காகத் தேவர்களும் அசுரர்களும் பாற்கடலைக் கடைந்தபோது வெளிப்பட்ட அரிய பொருட்களுள் ஐராவதமும் ஒன்று. நான்கு தந்தங்களைக் கொண்ட வெள்ளை யானையாகிய இதனை இந்திரன் தனக்கு வாகனமாக அமைத்துக் கொண்டான் எனப் புராணங்கள் கூறுகின்றன. இவன் கிழக்குத் திசையின் அதிதேவதையாகக் கூறப்பெறுகிறான்.

வேதகாலத்தில் ஆரியர்களின் முதன்மைக் கடவுளரில் ஒருவனாக இருந்த இந்திரன் குப்தர் காலத்தில் தன் முதன்மையை இழந்து திசை தெய்வமாக ஆனான். பல்லவர் காலத்தில் இந்திரனுக்குப் பெருந் தெய்வத்திற்குரிய முக்கியத்துவம் கொடுக்கப்பட்டதாகத் தெரியவில்லை. இந்திரனை வழிபடுவதற்குக் கோயில்களும் போற்றப்பட்டதாகத் தெரிய வில்லை.

புலிக்குகையின் தென்புறத்தில் உள்ள முருகனை அடுத்திருப்பது இந்திரன் எனக்கொள்ளத் தடையேதும் இல்லை. இந்திரன் ஏறிவரும் ஐராவதமும் செதுக்கும் பணி நிறைவடையாத நிலையில் காணப்படுகிறது. தெளிவற்று இருப்பினும் இந்த யானையின் வலது தந்தத்தை நான்காகக் காட்டும் முயற்சி தொடங்கப்பட்டதாக நினைக்க அதன் செதுக்கு வேலை இடம்தருகிறது. அர்ச்சுனன் தபசுச் சிற்பத்திலுள்ள நான்கு தந்தங்களைக் கொண்ட யானைக்கு, தந்தங்களை நான்காகப் பிளந்து காட்டும் முயற்சியில், ஆழமானதொரு கோடு செதுக்கப்பட்டதைப் போலவே இதுவும் செதுக்கப்பட இருந்ததாகக் கருத அக்கோடு இடம் தருகிறது.

குதிரை

புலிக்குகையின் இடதுகோடியில் குதிரைச் சிற்பமொன்று வடிக்கப் பெற்றுள்ளது. அதன் செதுக்குப் பணி முதல்நிலையிலேயே நின்று போயுள்ளது. கடற்கரை மணல் வெளியிலுள்ளபுலிக்குகைச் சிறு சிற்பத்தின்

உச்சைச்சிரவமும் ஐராவதத்தில் இந்திரனும், புலிக்குகை

பின்புறம் அம்பாரியுடன் உள்ள யானைக்குத் தென்புறம் இதே போன்றதொரு குதிரை வடிக்கப்பெற்றுள்ளமை இங்கு நினைவு கூரத்தக்கது. இக்குதிரை வடிவம் குறித்து அறிஞர்கள் கருத்து ஏதும் கூறியுள்ளதாகத் தெரியவில்லை.

மாமல்லைச் சின்னங்களின் பொதுவியல்புகளிலிருந்து இதனை உணர முற்படுவது பயன்தருவதாகும். கடவுளர்களுக்கும் திசைக்காவலர் களுக்கும் வாகனங்கள் கற்பிப்பது இந்துசமய மரபாகும். இம்மரபு சமணம் போன்ற பிற சமயங்களிலும் காணப்படுகின்றது. ஒரு தெய்வம் ஒரு வாகனம் பெறுவதுடன் ஒன்றிற்கும் மேற்பட்ட வாகனங்கள் பெறுவதும் குறிப்பிடத்தகுந்தது. எடுத்துக்காட்டாக, முருகனுக்கு யானை, மயில், ஆடு முதலியன வாகனங்களாகக் காட்டப்பெற்றுள்ளன.

கடவுளர்களுக்கு மட்டுமன்றிக் கடவுளரின் வாகனங்களுக்கும் ஆயுதங்களுக்கும் பல்லவச் சிற்பிகள் தம் படைப்புகளில் முக்கியத்துவம் கொடுத்துள்ளதைக் காணமுடிகிறது. நுட்பமாகப் பார்க்கும்போது, கோயில்கள் அளவிற்கே முக்கியத்துவமுள்ள ஒற்றைக்கல் பெரும் சிற்பங்களாக வாகனங்களை வடித்துள்ளதையும் வாகனத்தையே கோயிலாக்கியுள்ளதையும் வாகனங்களுக்கும் ஆயுதங்களுக்கும் மனித உரு வழங்கியிருப்பதையும் காணமுடிகிறது.

முருகனது பிணிமுகம் என்னும் யானையை புலிக்குகையிலும் அர்ச்சுனன் ரதத்திலும் காணுகிறோம். வராகர் குகையிலும் ஆதிவராகர் குகையிலும் உள்ள துர்க்கையின் இருபுறங்களிலும் அவளது வாகனங் களான கலைமானும் சிங்கமும் காட்டப்பட்டுள்ளன. அர்ச்சுனன் ரதத்தில் வடபுறச் சுவரில் திருமால் கருடனை அணைத்து நிற்கும் காட்சியில் கருடன் மனிதன் உருவில் காட்டப்பட்டுள்ளான். தர்மராச ரதத்தின் இரண்டாம் தளத்திலும் திருமாலும் கருடனும் அதே கோலத்தில் காட்சியளிக்கின்றனர். அதேபோல் சிவனுடன் நந்தி மனித உருவில் காட்டப்பட்டுள்ளார்.

மகிடாசுரமர்த்தினி குடைவரையில் அரவணைத் துயிலும் அண்ணலோடு சங்கும் சக்கரமும் மானிட வடிவில் விளங்குகின்றனர். கணேச ரதத்தின் மீது சிவனது திரிசூலம் மனித முகத்துடன் சித்திரிக்கப் பட்டுள்ளது.

இத்தனைக்கும் மேலாக ஐந்து இரதப்பகுதியில் எருதும் சிம்மமும் யானையும் ஒற்றைக்கல் சிற்பங்களாகப் பேருருவில் காட்டப்பட்டுள்ளன.

மேலும் வாகனங்களுக்குப் பல்லவச் சிற்பிகள் கொடுத்த முக்கியத் துவத்தின் உச்சமாகக் கடற்கரைக் கோயில் வளாகத்தில் ஒரு சிம்மத்தையே கோயிலாக்கி, அதன் மார்புப் பகுதியில் கருவறை அமைத்து கொற்றவையை வீற்றிருக்கச் செய்துள்ளனர். கொற்றவைக்கு அருகிலேயே அவளது மற்றொரு வாகனமான கலைமானைப் பெரிய உருவில் அழகுறச் சித்திரித்துள்ளனர்.

இவற்றை மனங்கொண்டு புலிக்குகையிலுள்ள குதிரையை நோக்கும்போது அது ஒரு வாகனம் என்பதை உணர முடிகிறது.

குதிரை யாருடைய வாகனம் என்பதைப் புராணங்கள் தெளிவு படுத்துகின்றன.

அமுததிற்காக அசுரர்களும் தேவர்களும் பாற்கடலைக் கடைந்தனர். அப்போது பல அரிய பொருள்கள் அதிலிருந்து தோன்றின. தெய்வீகப் பசுவாகிய காமதேனு, வாருணீதேவி (கள்), மணம் மிக்க பாரிஜாத மரம், அழகுமிக்க அப்ஸரஸ் பெண்கள், குளுமை நிறைந்த சந்திரன், கொடிய ஆலகால நஞ்சு, அமிர்தம், நான்கு தந்தங்களைக் கொண்ட ஐராவதம் என்னும் வெள்ளையானை, உச்சைச்சிரவம் என்னும் பெயருடைய வெண்குதிரை, திருமகள் என்பன அவற்றுள் சிலவாகும்.[17]

அவற்றுள் சந்திரனைச் சிவன் ஏற்றுக்கொண்டார். திருமகளைத் திருமால் தன் மார்பில் தங்க வைத்துக் கொண்டார். ஐராவதமும் உச்சைச்சிரவமும் இந்திரனால் ஏற்கப்பட்டன. அவற்றை அவன் தனக்கு வாகனங்களாக அமைத்துக்கொண்டான். (அபிதான சிந்தாமணி)

இப்புராணக் கதையின்படி சாளுவன்குப்பத்துப் புலிக்குகையின் தென்கோடியில் உள்ள யானை ஐராவதம் என்பதையும் அதனை அடுத்துள்ள குதிரை இந்திரனின் மற்றொரு வாகனமான 'உச்சைச்சிரவம்' என்பதையும் அறியமுடிகிறது.

முன்னருள்ள யானை மீதுள்ள உருவம் முருகன் என்பதையும் அடுத்துள்ளது இந்திரன் என்பதையும் உச்சைச்சிரவத்தை அமைத்தன் மூலம் பல்லவச் சிற்பிகள் தெளிவுறுத்தியிருக்கிறார்கள் எனத் தோன்றுகிறது. இவ்விடத்தில் முருகனுக்கு மயில் வாகனம் ஏன் காட்டப் பெறவில்லை என்னும் வினா எழுகிறது. முருகனைப் பொருத்தமட்டில் யானை வாகனமே பழமையும் முதன்மையும் உடையது என்பதைச் சங்க இலக்கியங்கள் காட்டுகின்றன. பிணிமுகத்தில் அமர்ந்து முருகன் போர்மேற்செல்வான் என்பதையும் அவை சுட்டுகின்றன. மார்பில் வீரசங்கிலி என்னும் சன்ன வீரத்துடன் முருகனைப் போர்க்குரிய கடவுளாகவே பல்லவர்கள் மல்லையில் சித்திரித்துள்ளனர். அத்துடன் வேறிடம் எதிலும் முருகனை மயிலுடன் சித்திரிக்கவில்லை என்பதையும் எண்ணிப்பார்க்க, இங்குப் பிணிமுகம் மட்டும் சித்திரிக்கப்பட்டுள்ள காரணத்தை உணரமுடிகிறது.

இவ்விரு யானைகளுக்குமிடையே உள்ள தூணைப் போதிகை, கண்டம், கலசம் ஆகிய உறுப்புகளுடன் எண்கோணப் பட்டைகள் கொண்ட உருளை வடிவக் கால் கொண்டதாகச் செதுக்க முற்பட்டுள்ள தன்மை யைக் காணமுடிகிறது. இத்தூண் தாங்கி நிற்பதும் ஒரு கூரைப்பகுதியாக வேண்டும். ஆகவே, இச்சித்திரிப்பு, நடுவில் தூணையும் மேலே கூரை யினையும் கொண்டு இரு அறைகளாக உருவாக்கப்பெற்ற அமைப்பு என்பதை உணர்த்துகிறது.

யானைகளின் செவிகளுக்குச் சற்று உள்ளடங்கி இத்தூண் காட்டப் பட்டுள்ளதால் அவை அவ்வறைகளுக்குச் சற்று முன்வந்து நிற்கும் அழகிய பாவனையில் அமைக்கப்பட்டிருப்பதும் எண்ணிப்பார்க்கத் தக்கது.

முருகனும் இந்திரனும் இவ்வாறு இங்கு அமைக்கப்பட்டிருப்பதன் நோக்கத்தை மாமல்லையின் காணப்படும் பிறிதொரு கோயிற் சிற்பங்களுடன் ஒப்பிட்டு உணர முற்படலாம்.

சிவனும் பரிவார தெய்வங்களும்

கடற்கரைக் கோயில் வளாகத்தினுள் கிழக்கு நோக்கிய பெரிய கோயில், சத்திரிய சிம்ம பல்லவேச்வர கிரகம் என அழைக்கப்படும். இதன் கருவறையில் தாராலிங்கம் காணப்படுகிறது. இவ்வறையின் பின்புறச்சுவரில் சோமாஸ்கந்தர் உருவம் புடைப்புச் சிற்பமாகக் காட்சியளிக்கிறது. சோமாஸ்கந்தரின் வலப்புறத்திலுள்ளதொரு தனிக்கோட்டத்தில் பிரமனும் இடப்புறமுள்ளதொரு தனிக்கோட்டத்தில் திருமாலும் சிவனது முதன்மையைத் துதித்துப் போற்றும் நிலையில் காணப்படுகின்றனர்.

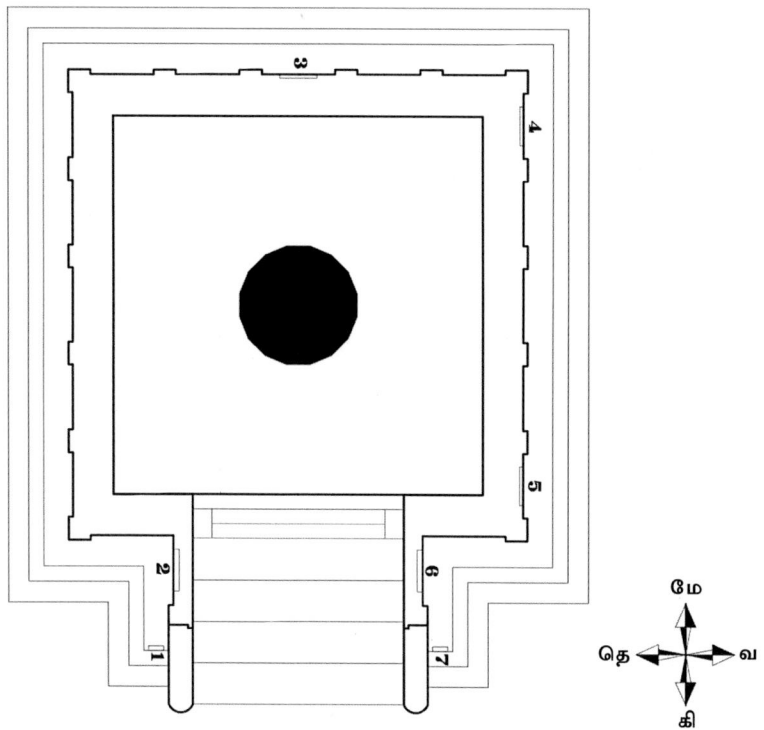

சத்திரிய சிம்ம பல்லவேச்வர கிரகம் - கருவறை வரைபடம்

1. பரிவார தேவதை - இந்திரன், 2. நான்முகன் - நாமகள்
3. சோமாஸ்கந்தர், 4. இரணியன் - நரசிம்மன், 5. துர்க்கை
6. திருமால் - திருமகள், 7. பரிவார தேவதை - முருகன்

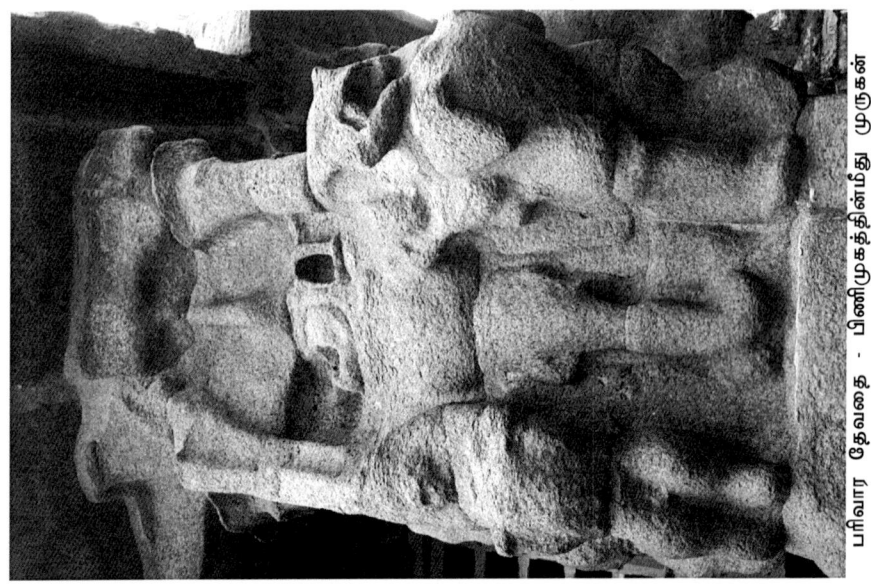

பரிவார தேவதை - ஐராவதத்தின்மீது இந்திரன்

பரிவார தேவதை - பிணிமுகத்தின்மீது முருகன்

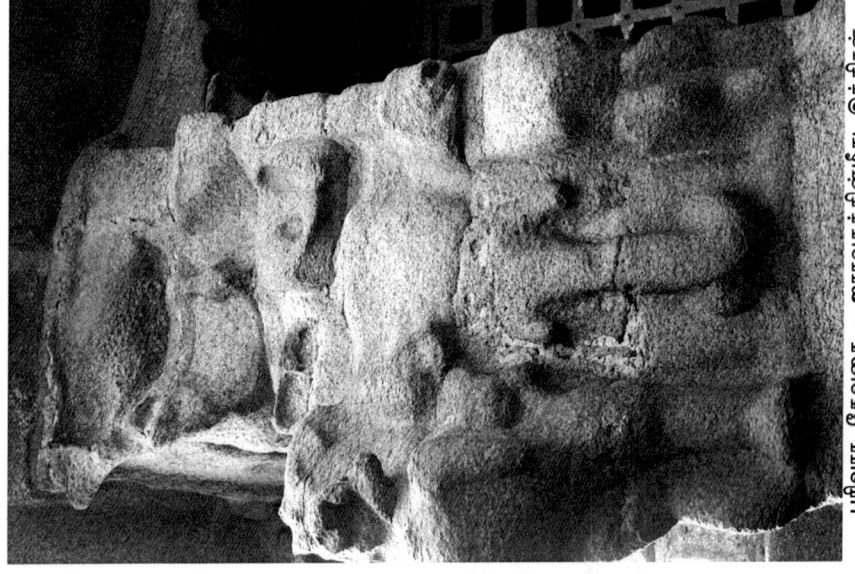

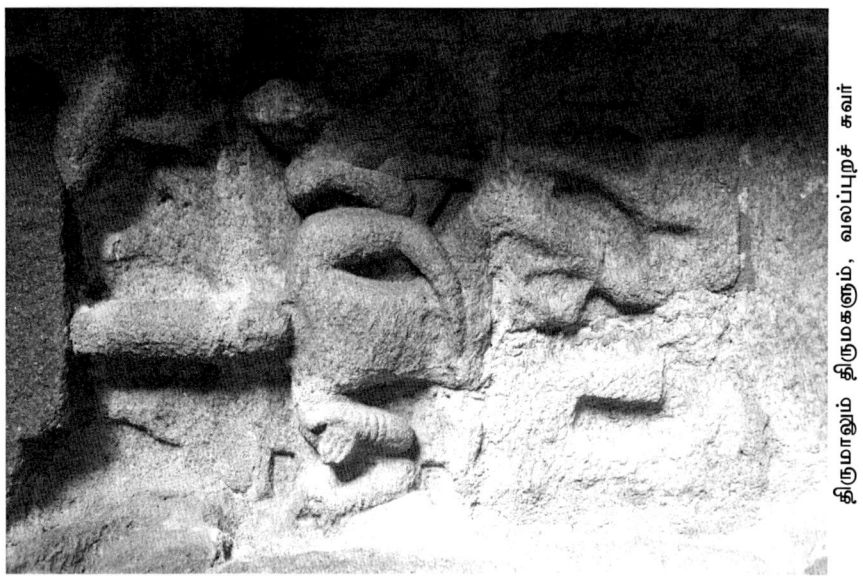

நான்முகனும் நாமகளும், தென்புறச் சுவர்

திருமாலும் திருமகளும், வலப்புறச் சுவர்

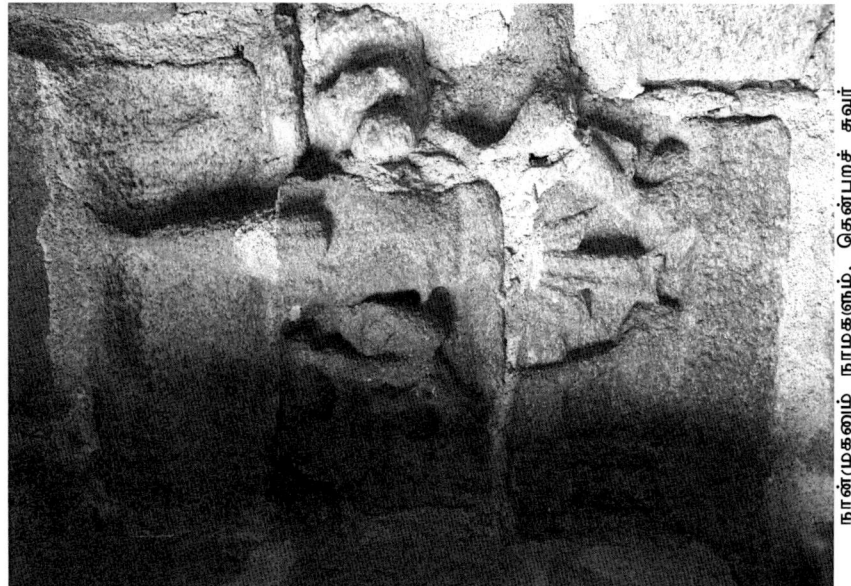

கருவறைக்கு முன்பாக உள்ள இடைக்கழியில் வலப்புறச் சுவரில் திருமாலும் தென்புறச் சுவரில் நான்முகனும் தத்தம் தேவியருடன் காணப்படுகின்றனர்.

இக்கோயில் குறித்து எழுதிய அறிஞர்கள் பெரிதும் கருவறைச் சிற்பங்கள் குறித்தே குறிப்பிட்டுள்ளனர். பெரும்பாலும் யாரும் குறிப்பிடாது விடுத்த இரண்டு சிற்பங்கள் உள்ளன. அவை அக்கருவறை வாயிலின் இரண்டு புறங்களிலும் காணப்படுகின்றன. பெரிதும் தேய்வுற்ற நிலையில் தெளிவற்றுக் காணப்படுவதால் அவை பலரின் கவன ஈர்ப்பினைப் பெறாததில் வியப்பில்லை.

கருவறை நுழைவின் இருபுறமும் வீரர்களைச் சுமந்த வண்ணம் யாளிகள் காலுயர்த்திப் பாய்கின்றன. அவை பின்னங்கால்களை ஊன்றி முன்கால்களை உயர்த்தி நின்று கர்ஜிக்கின்றன. யாளிகள் தூண்களில் இணைந்துள்ளன. தூண்களின் உச்சியில் அழகிய கூரையமைப்பு உள்ளது. இரண்டு பக்கங்களிலும் நான்கு தூண்களாலும் இரண்டு அறைகள் காட்டப்பட்டுள்ளன. ஒவ்வொன்றிலும் யானையொன்று நிற்கிறது.

கருவறையின் வலப்பக்கம் நிற்கும் யானை மிக இயல்பாகத் தனது துதிக்கையின் முன்பகுதியை வளைத்துச் சுழற்றிய வண்ணம் உயிர்த் துடிப்போடு விளங்குகிறது. நீண்ட தந்தங்களைக் கொண்ட அந்த யானையின் மீது மகுடமணிந்த உருவம் ஒன்று அமர்ந்துள்ளது. அது வலக்கரத்தினை மார்பருகில் வைத்துள்ளது. இடக்கரம் மடிமீது வைக்கப்பட்டிருப்பதாகத் தோன்றுகிறது.

கருவறையின் இடப்புறம் உள்ள சிற்பமும் மேற்குறிப்பிட்ட தன்மைகளுடன் காணப்படுகிறது. வீரர்கள் அமர்ந்து செல்லும் யாளித் தூண்களைக் கொண்ட அமைப்புக்கிடையே நிற்கும் யானை மீது ஓர் உருவம் அமர்ந்துள்ளது. அதன் தலையும் உடற்பகுதிகளும் மிகவும் தேய்வுற்றுள்ளன. யானை அழகிய தந்தங்களுடனும் வளைந்து புரளும் துதிக்கையுடனும் இயக்கத்துடன் காணப்படுகின்றது.

இவ்விரு சிற்பங்களில் உள்ள யானைகளின் அமைப்பும் உருவங்களின் நிலைகளும் சாளுவன்குப்பத்து யானைகளை நினைவுறுத்துகின்றன. யானைகளின் மீது உருவங்கள் வீற்றிருக்க, அவை தூண்களைக் கொண்ட அறைகளுள் காட்டப்பட்டிருக்க, புலிக்குகையில் அவை அம்பாரியின் அறைக்குள் அமர்ந்திருப்பதாகக் காட்டப்பட்டிருப்பதே முக்கிய வேறுபாடாகும். ஆனால் தூண் கூரையுடன் சேர்ந்த அறை அமைத்து யானைகளைக் காட்டும் முயற்சி புலிக்குகையிலும் உள்ளதை நுட்பமாக உணர்தல் வேண்டும். ஆதலால் இவ்வொப்புமைகளைக் கருத்தில் கொண்டு பார்க்கும்போது புலிக்குகை, கடற்கரைக்கோயில் ஆகிய இரு இடங்களிலும் விளங்கும் பரிவார தேவதைகள் ஒன்றே எனத் தோன்றுகிறது.

சிவன், திருமால், கொற்றவை ஆகியோருடன் முருகனும் இந்திரனும் இணையாக வைத்து வழிபடப்பட்ட நிலையினை மல்லைச் சின்னங்களில் காணமுடிகிறது. அதிலும் இந்திர வழிபாடு பல்லவர்கள் காலத்தில்

பெற்றிருந்த இடம் ஐயப்பாட்டிற்கு உரியதெனக் கருதினும் முருகன் பெற்றிருந்த சிறப்பை மும்மூர்த்தி குடைவரை, அர்ச்சுனன் ரதம், தர்மராச ரதம், சாளுவன்குப்பத்தில் அகழ்ந்தெடுக்கப்பட்ட முருகன் கோயில் ஆகியன உணர்த்தி நிற்கின்றன.

சிவபிரான் சோமாஸ்கந்த மூர்த்தியாக அமைந்திருக்க, திருமாலும் நான்முகனும் தனித் தனியாகவும் தத்தம் துணைவியருடனும் காட்சிதர, வாயிலின் இருபுற உட்கோட்டங்களிலும் முருகனும் இந்திரனும் யானைமீது பரிவார தெய்வங்களாக வரும் கடற்கரைக் கோயில் அமைப்பினைச் சாளுவன்குப்பப் புலிக்குகையோடு ஒப்பிட்டுப் பார்ப்பது பயனுடையது.

புலிக்குகை ஆடல் அரங்கோ அல்லது வேறுவகைப் பயன்பாட்டிற்குரிய மண்டபமோ எனக் கருதாமல் அது ஒரு கோயில் என்ற எண்ணத்துடன் காணும்போது தர்க்க அடிப்படையில் சில முடிவுகளை எட்டமுடிகிறது.

முதற்கண் புலிக்குகை அழகிய அடித்தளத்தின் மீது அமைக்கப்பட்ட கருவறையாகும். சிங்கங்கள் இருபுறமும் அமர்ந்துள்ள படிக்கட்டுகளைக் கொண்ட கருவறையாகும். பொதுவாக, இராசசிம்மன் தனது கோயில் அமைப்புகள் அனைத்திலும் மிகப் பெரிய பேருரு முதல் சில அங்குல அளவு வரை செய்துள்ள யாளி மீது செல்லும் வீரர்களைக் கொண்ட கருவறையாகும்.

பொதுவாகக் கருவறைகள் காட்டப்பட்டுள்ள அளவிலன்றி செவ்வக வடிவில் அகன்று காணப்படுவதால் முதல் பார்வையில் இதனைக் கருவறை எனக் கொள்ள மனமொப்பாத நிலையுள்ளது. ஆனால் பல்லவர்களில் எல்லையில்லா மனவிழைவுகளையும் உணர்வெழுச்சி களையும் கொண்ட அத்யந்தகாமனாகிய இராசசிம்மன் தான் படைத்த ஒவ்வொரு படைப்பையும் இடத்தாலும் உருவத்தாலும் உட்கூறுகளாலும் மாறுபடுத்தி, ஒவ்வொன்றையும் கலையழகுடன் புதுமை மிளிரப் படைத்தான். முன்னர் குறிப்பிட்டது போல் கொற்றவைக்குரிய கடற்கரையில் அமைந்துள்ள கோயில், துர்க்கையின் சிம்மக்கோயில், சிவனது உருளைக் கோயில் ஆகியவற்றுடன் இதனை இணைத்து எண்ணும்போது இதிலுள்ள புதுமைகள் விளங்குகின்றன.

உயரம் அதிகமாக அமையும் கருவறை போலவே, நீளம் அதிகமாக உள்ள கருவறையும் தர்மராச இரதத்தில் எடுக்கப்பட்டுள்ளது.

> *அத்யந்த காமப் பல்லவேசுர கிரகமென்று அழைக்கப்படும் மூன்றாம் தளக் கருவறை, வாயிலருகே 1.46 மீ. உயரமும் உட்புறம் 1.51 மீ. உயரமும் கொண்டமைந்துள்ளது. இதன் கிழக்குச்சுவர் 2.17 மீ. நீளமும் மேற்குச் சுவர் 1.73 மீ. நீளமும் கொண்டமைந் துள்ளதால், கருவறை முன்னிருந்து பின்னாக விரிந்திருப்பதை உணரலாம். இதன் வடசுவர் 92 செ.மீ நீளத்திலும் தென்சுவர் 91 செ.மீ. நீளத்திலும் அமைந்துள்ளன.*[18]

என்பர்.

சோமாஸ்கந்தர், மூன்றாம் தளக் கருவறை, தர்மராஜ ரதம்

இக்கருவறை நீள் செவ்வக வடிவத்தில் அமைந்துள்ளது என்பதும் அகன்ற தோற்றத்துடன் காணப்படுவதும் வெளிப்படை. இதுபோன்ற தொரு வடிவத்திலேயே புலிக்குகையின் கருவறை வடிக்கப்பட்டுள்ளதென எண்ணுவதில் பிழையில்லை.

மேலும், இயற்கையிலேயே செவ்வகமாக இருந்த பாறையை, உள்ளவாறே பயன்படுத்தியிருக்கலாம் என முனைவர் ப.தயானந்தன் கருதுவதும் இங்கு இணைத்தெண்ணத்தக்கதாகும்.[19]

அத்துடன், இரண்டு உட்கோட்டங்கள் இதன் இருபுறங்களிலும் குடையப் பெற்றிருப்பது குறிப்பிடத்தக்கதாகும். ஆதலால் கடற்கரைக் கோயில் அமைப்போடு தொடர்புறுத்திப் புலிக்குகையைக் காணும்போது கீழ்க்காணும் முடிவுகளை முன்வைக்கலாம்.

— புலிக்குகையில் மண்டபமாகவும் அரங்காகவும் கருதப்பட்ட அமைப்பு, கருவறையாகும்.

— அக்கருவறை சிவனது சோமாஸ்கந்தமூர்த்தி வடிவத்திற்கு உரியது.

வரைபடம்: புலிக்குகை முகப்புத் தோற்றம்

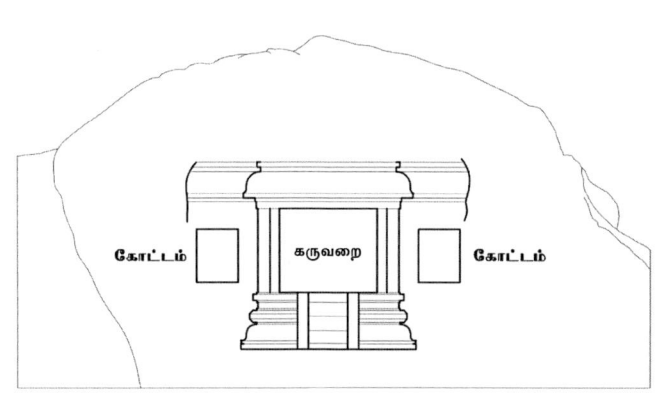
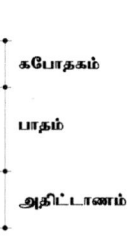

வரைபடம்: புலிக்குகை

மாமல்லபுரம்: புலிக்குகை

— அதன் உட்பக்கச் சுவர்களில் திருமாலும் நான்முகனும் இடம் பெற்றிருக்க வாய்ப்புள்ளது.

— உட்சுவர்களில் தனி உருவங்களாக திருமாலும் நான்முகனும் காட்டப்பட்டிருந்தால், கடற்கரைக் கோயிலில் உள்ளது போல, கருவறையின் வெளியே இருபுறத்துமுள்ள உட்கோட்டங்களில் அவ்விருவரும் தத்தம் துணைவியருடன் சித்திரிக்கப்பட்டி ருக்கலாம்.

— மாறாக, கருவறையின் உட்சுவர்களில் திருமாலும் நான்முகனும் காட்டப்பட்டிருக்க, வெளியே உள்ள கோட்டங்களில் துவார பாலகர்கள் அமைக்கப்பட்டிருக்கலாம். (அருகிலுள்ள அதிரணசண்டேஸ்வரக் கருவறை உட்சுவரில் சோமாஸ்கந்தரும் வெளியே துவார பாலகர்களும் அமைக்கப்பட்டுள்ளமை இணைத்தெண்ணத்தக்கது)

— பரிவார தெய்வங்களாகக் கடற்கரைக் கோயிலில் உள்ளது போன்றே இக்கருவறையின் தென்பால் யானைகளின் மீது அமர்ந்துள்ள உருவங்கள் முருகனும் இந்திரனும் ஆவர்.

யாளித் தலைகள்

புலிக்குகையின் பெருஞ்சிறப்பு, அரைவட்டத் தோரணமாகப் பதினொரு யாளித் தலைகள் உயிர்த்துடிப்புடன் சித்திரிக்கப்பட்டுள்ள புதுமையே ஆகும். இது மாமல்லையைத் தவிர இந்தியக் கலைப் பரப்பில் வேறெங்கும் காணவியலாத ஒப்பற்ற படைப்பாகும். இந்தச் சிவன் கோயிலில் யாளித் தலைகள் அமைக்கப்பட்டதன் பொருத்தப்பாடு நுட்பமாக உணரத்தக்கதாகும்.

பல்லவச் சிற்பியர் படைத்த விலங்குகள், பறவைகள் அனைத்தும் ஒப்பற்றவை எனினும் அவற்றுள்ளும் யானைகளும் சிங்கங்களும் உலகப் புகழ் பெற்றவை. யானைகளை மிக இயற்கையாக, இயல்பான தன்மைகளுடன் படைத்த அவர்கள் சிம்மங்களை மிகக் கவர்ச்சித் தோற்றவடிவில் (Stylized form) படைத்தனர். சிங்கத்திற்குக் கொம்பு, துதிக்கை போன்ற உறுப்புகளை இணைத்துக் கற்பனையாற்றலுடன் எண்ணற்ற யாளி வடிவங்களையும் படைத்தனர். சிம்மம், யாளி ஆகியனவற்றை அர்ச்சுனன் தபசு போன்றவற்றில் தனியாகவும் கொற்றவை வாகனமாகவும், கொற்றவைக் கோயிலாகவும் அனைத்து வகைக் கோயில்களில் சிம்மத் தூண்களாகவும் வியாழ வரிகளாகவும் படைத்துள்ளனர். சிம்மப் படுக்கையும் (Lion throne) மல்லைச் சிற்பிகளின் சிறப்புப் படைப்பாகும். சிம்மவிஷ்ணு, சிம்மவர்மன், நரசிம்மன், இராஜசிம்மன் எனச் சிம்மத்தோடு தொடர்புபடுத்திப் பெயரிட்டுக் கொள்வதில் பல்லவ வேந்தர்கள் காட்டிய பெருவிருப்பும் எண்ணிப் பார்க்கத்தக்கது.

இந்துமதத் தெய்வங்களுள் துர்க்கை 'சிம்ம வாகினி' என்பதால் யாளி அல்லது சிம்மத்தைத் துர்க்கையுடன் இணைத்தெண்ணுவது இயல்பு. ஆனால் மாமல்லையிலேயே சிவனுடன் சிம்மம் தொடர்பு படுத்திச் சிற்ப அலங்காரம் போலப் பயன்படுத்தப்பட்டிருப்பது நுட்பமாகக் கவனிக்கத்தக்கது.

அதற்கான சான்றுகளைக் கடற்கரைக் கோயிலில் காணமுடிகிறது. கடற்கரைக் கோயில் உருளை வடிவச் சிவன்கோயிலின் விமானத்தில் பூதகணங்களுடன் கொம்புகளை உடைய நான்கு யாளிகள் கோயிலைச் சூழ்ந்து அமையும் வண்ணம் காட்டப்பட்டுள்ளன. (படம் காண்க. பக். 28)

கடற்கரைக் கோயில்களுள் சத்திரிய சிம்ம பல்லவேஸ்வர கிரகமான பெரிய சிவன் கோயில் விமானத்தின் ஒவ்வொரு முனையிலும் அமர்ந்து கர்ஜிக்கும் நிலையில் சிம்மங்கள் காணப்படுகின்றன. மேலும் எத்தெய்வங் களுக்காக உருவாக்கப்பட்டவை என அறியவியலாத நிலையிலுள்ள

சத்திரிய சிம்ம பல்லவேஸ்வர கிரகம்

சகாதேவ ரதம்

விமானம், சகாதேவ ரதம்

சகாதேவ ரதம், பீம ரதம், பிடாரி ரதங்கள் ஆகியவற்றிலும் யாளிகள் காணப்படுகின்றன.

சகாதேவ விமானத்தின் முன்புறம் ஓர் அழகிய கோயில் வடிவம் காட்டப்பட்டுள்ளது. அதனைச் சூழ்ந்து தோரணம் போல் தொங்கும் பகுதிகளில் கோயிலை நோக்கிய வண்ணம் நான்கு யாளிகள் சிற்ப

பீம ரதம்

விமானம், பீம ரதம்

அலங்காரமாய்க் காட்டப்பட்டுள்ளன. அதுபோல் பீம ரத விமானத்தின் மீது காட்டப்பட்டுள்ள கோயிலைச் சூழ்ந்துள்ள தோரண வடிவில் பக்கத்திற்கு மூன்றாக ஆறு யாளிகள் காட்டப்பட்டுள்ளன. கணேச ரத விமானத்தின் பக்கங்களிலுள்ள உருளை வடிவக் கோயிலைச் சூழ்ந்தும் தோரணம் போன்ற அமைப்பில் பக்கத்திற்கிரண்டாக நான்கு யாளிகள் காட்டப்பட்டுள்ளன.

இராசசிம்மனின் மற்றொரு புகழ்மிகு படைப்பான காஞ்சி கைலாசநாதர் கோயில் தூண்களிலும் அறுபத்தாறு சிறு உட்கோயில் தூண்களிலும் யாளி தொடர்பான கற்பனையின் சாத்தியப்பாடுகள் அனைத்தும் படைக்கப்பட்டுள்ளன. அத்துடன், அக்கோயிலின் மதிற்சுவரின் புறத்தில், ஏராளமான யாளி உருவங்கள் வடிக்கப் பட்டுள்ளதை எண்ணிப்பார்ப்பதும் அவை கோயிலைச் சூழ்ந்து அமையும் வண்ணம் அமைக்கப்பட்டுள்ள அழகை உணர்வதும் இவ்விடத்தில் மிகவும் பொருத்தமுடையதாகும்.

புலிக்குகை சிவனுக்குரிய கோயிலே எனக் கொள்வதற்குப் பிறிதொரு சான்றினையும் இவ்விடத்தில் தொடர்புபடுத்தி எண்ணலாம். பனைமலையிலுள்ள பனைமலைநாதர் (தாளகிரீஸ்வரர்) கோயில் இராசசிம்மனால் எடுக்கப்பட்டதாகும். இதில் கருவறையின் வெளிப்புறச் சுவரில் தூண்பட்டைகளுடன் முன்கால்களை உயர்த்தி, பின்கால்களை

கணேச ரதம்

விமானம், கணேச ரதம்

சா. பாலுசாமி

கைலாசநாதர் கோயில், காஞ்சிபுரம்

ஊன்றி நின்று பாயும் பாங்கில் சிம்மங்கள் காணப்படுகின்றன. அவற்றின் கீழே கால்களை மடித்துப் படுத்த நிலையில் யானைகளின் தலைகள் காணப்படுகின்றன.

மேலும் பல்லவக் கலைமரபின் தொடர்ச்சியாகப் பிற்காலத்தில் படைக்கப்பட்ட எல்லோராவின் கைலாசநாதர் ஆலயச் சிவனது கருவறைக் கூரையின் மீது சிம்மங்கள் அனைத்துத் திசை நோக்கியும் வீறுடன் நிற்கும் நிலையில் படைக்கப்பட்டுள்ளன.

புலிக்குகையை உருவாக்கிய இராசசிம்மனின் எல்லையற்ற யாளிப் பெருவிழைவே இங்கும் யாளித் தலைகள் சூழ்ந்த கோயிலைப் படைத்துள்ளது. ஆகவே, அவனது பிற சிவாலயங்களான உருளை வடிவச் சிவன்கோயில், சத்திரிய சிம்ம பல்லவேசுவரகிரகம், காஞ்சி கைலாசநாதர் கோயில் ஆகியவற்றிலும் பிறவற்றிலும் விமானத்தின் பக்கங்களிலுள்ள சிறுகோயில் வடிவங்களைச் சூழ்ந்தும் விமானத்தின் தலைமைக் கூறாகிய கிரீவங்களைச் சூழ்ந்தும் அழகுக்கும் ஆற்றலுக்கும் குறியீடாக விளங்கும் யாளிகளைப் படைத்திருப்பது போலவே புலிக்குகை என்னும் கருவறை மட்டும் கொண்டு கோயிலைச் சூழ்ந்தும் யாளிகளை

யாளி, பனைமலைநாதர் கோயில், பனைமலை

அமைத்து மிகப் புதுமையான சிவன் கோயில் படைத்துள்ளான் எனல் வேண்டும்.

சிம்மம் கொற்றவையுடன் தொடர்புற்றிருப்பதால் இதன் வடபகுதியில் ஒரு கொற்றவையின் சிம்மக்கோயிலும் கிழக்கு நோக்கி யாளித் தலைகள் சூழ்ந்த கொற்றவைக் கோயிலுமாக ஏன் இரட்டைக் கொற்றவைக் கோயிலாக இது இருக்கக்கூடாது என்ற ஐயப்பாடு எழலாம். ஆனால்,

— கடற்கரைச் சிவன் கோயிலில் உள்ள யானை மீதமர்ந்த முருகன், இந்திரன் வடிவங்கள் இங்குக் காட்டப் பெற்றிருப்பதாலும்

— கடற்கரை மணல்வெளியில் உள்ள சிறு யாளிக்கோயிலில் கொற்றவையன்றி ஆணுருவே காட்டப்பட்டப்பட்டிருப்பதாலும்

— சிவனை முதன்மையாகக் கொண்டு பரிவாரத் தெய்வங்களாக முருகனும் இந்திரனும் இருக்க, கொற்றவைக்கும் சிம்மக்கோயில் உள்ள பான்மை கடற்கரைக் கோயிலிலும் உள்ளதாலும் திருமாலும் நான்முகனும் போற்றும் சிவனைச் சோமாஸ்கந்த வடிவில் முதலாகவும் முருகனையும் இந்திரனையும் பரிவார தெய்வங்களாகவும் கொற்றவையின் சிம்மக் கோயிலை

புலிக்குகை: சிவனுக்கும் கொற்றவைக்குமான கூட்டுக் கோயில்

இணைப்புக் கோயிலாகவும் பெற்ற, சிவன்-கொற்றவை கூட்டுக்கோயிலே புலிக்குகை எனக் கருதவேண்டியுள்ளது.

குறிப்புகள்

1. டாக்டர் கே.கே.பிள்ளை, *தமிழக வரலாறு – மக்களும் பண்பாடும்*, ப.197.

2. இரா.நாகசாமி, *மாமல்லை*, பக். 55–63.

3. பல்லவர் காலத்தில் சிவன், உமை, சுப்பிரமணியன், பிரமன், விஷ்ணு ஆகிய தெய்வங்கள் பெற்றிருந்த முதன்மைக்கு ஏராளமான சான்றுகள் இருந்தபோதிலும் தென்னார்க்காடு மாவட்டம் முன்னூர் கிராமத்தில் கிடைத்த ஒரு சிறுசிற்பம் சுவையான சான்றாகிறது. அதில் இடமிருந்து வலமாக நான்முகன், சிவலிங்கம், உமை, முருகன், நரசிம்மர் ஆகியோர் சம அளவில் வடிக்கப் பெற்றுள்ளனர். இது மும்மூர்த்திகளுடன் சக்தி, முருகன் ஆகியோர் இணைந்து பெற்றிருந்த சம மதிப்பைப் புலப்படுத்துகின்றது.

கல்வெட்டு — இதழ் 9, தமிழ்நாடு அரசு தொல்பொருள் ஆய்வுத் துறை, நள ஆண்டு சித்திரைத் திங்கள், ப.38.

4. விரிவான தகவல்களுக்குக் காண்க:

சு. இராஜவேலு, *தொல்லியல் சுடர்கள், மாமல்லை அருகில் சங்ககால முருகன் கோயில் (கட்டுரை)* பக்.75—93.

5. மல்லைச் சின்னங்களை ஆழ்ந்து நோக்கும் போது அவற்றின் ஊடாகப் பொதுப்பண்புகள் சில தொழிற்படுவதை உணர முடிகிறது. ஒற்றைக் கற்றளிகளாக அமைக்கப்பட்டுள்ள கோயில்கள் தனித் தெய்வங்களுக்கு உருவாக்கப்பட்டவையாகும்.

எடுத்துக்காட்டாக, கணேச ரதம், சிவனுக்கும் தர்ம ராச ரதம் சிவனுக்கும் பீம ரதம் திருமாலுக்கும் திரௌபதி ரதம் கொற்றவைக்கும் அமைக்கப்பட்டுள்ளன.

ஆனால், குடைவரைகள் பல்திறப்பட்டவை.
அதிரணசண்டேஸ்வர கிரகம் — ஒரு கருவறையும் ஒரு மண்டபமும் கொண்ட சிவன் கோயிலாகும். கோடிக்கால் மண்டபம் ஒரு கருவறையும் ஒரு மண்டபமும் கொண்ட கொற்றவைக் கோயிலாகும்.

தர்மராஜ மண்டபம் என்னும் அத்யந்தகாம பல்லவவேச்சுர கிருகம் இரண்டு அங்கணமாக அமைந்து மூன்று கருவறைகளைக் கொண்டது. சிவனுக்காக இக்கோயில் எடுக்கப்பட்டதாகக் கல்வெட்டுக் கூறுகிறது. ஆகவே நடுவிலுள்ள கருவறை சிவனுக்கும் வலப்புறம் உள்ளது திருமாலுக்கும் இடப்புறம் உள்ளது பிரமன் அல்லது முருகனுக்கும் உரியதாக இருந்திருக்க வேண்டும் என்பர். (இரா.நாகசாமி, *மாமல்லை,* பக்.72—73)

இராமானுஜ மண்டபம் எனப்படும் குடைவரைக் கோயிலில் மூன்று கருவறைகள் இருந்துள்ளன. நடுவிலிருந்த கருவறையில் சோமாஸ்கந்தர் உருவம் இருந்துள்ளது. ஏனைய இரண்டும் திருமாலுக்கும் பிரமனுக்குமாக அமைக்கப்பட்டிருக்க வேண்டும் என்பர். கருவறைகள் அழிக்கப்பட்டுவிட்டன.

வராக மண்டபம் ஒற்றைக் கருவறையும் சிறிய முன் மண்டபமும் கொண்ட திருமால் கோயிலாகும். ஆதி வராகர் மண்டபம் என்னும் குடைவரை இரண்டு அங்கணங்களையும் ஒற்றைக் கருவறையும் கொண்ட திருமால் கோயிலாகும்.

மகிஷாசுரமர்த்தினி குடைவரை மூன்று கருவறைகளையும் அகன்ற மண்டபத்தையும் கொண்டுள்ளது. நடுவிலுள்ள கருவறையில் சோமாஸ்கந்த மூர்த்தியின் வடிவம் உள்ளது. ஆதலால் ஏனைய இரண்டும் பிரமனுக்கும் திருமாலுக்கும் உரியதாகலாம்.

பஞ்சபாண்டவ மண்டபம் இரண்டு அங்கணங்களாக அமைந்த சுற்றாலைகளையும் ஒற்றைக் கருவறையையும் உடையது. இரண்டு அங்கணங்களாக அமைந்த கோனேரி மண்டபத்தின்

பின்புறச்சுவரில் ஐந்து கருவறைகள் காணப்படுகின்றன. இது, சிவன், திருமால், பிரமன், கொற்றவை, முருகன் ஆகியோருக்கு அமைந்ததாகலாம். புலிப்புதர் மண்டபமும் தொடக்கநிலையில் உள்ள ஒன்றுடன் சேர்த்து ஐந்து கருவறைகள் கொண்டதாக உள்ளது.

6. கோ.தெய்வநாயகம், *கோயில் வாகனங்கள்,* ப.115.

7. K.R.Srinivasan, *Cave-Temple of The Pallava*, p.182.

8. நடன. காசிநாதன், *மாமல்லபுரம்,* ப.69.

9. **தர்மராச ரதம் — மும்மூர்த்தி குடைவரை முருகன்**

தர்மராச ரதத்தின் கீழ்த்தளத்தில் கிழக்கு நோக்கி முருகன் உருவம் வடிக்கப்பெற்றுள்ளது. நான்கு கரங்கள் உள்ளன. அவற்றுள் வலது முன்கை அபய முத்திரை காட்டுகிறது. இடது முன் கை தொடைமீது வைக்கப்பட்டுள்ளது.

பின் இடக்கையில் அக்கமாலையும் பின் வலக்கையில் தாமரை மலரும் காட்சி தருகின்றன. கழுத்தில் சரப்பளியாக அணிகலன் உள்ளது. செவிகளில் பத்ரகுண்டலங்கள் துலங்குகின்றன. தலையில் பல்லவ பாணியில் சிறு மகுடம் காணப்படுகிறது. மார்பில் திரண்ட முப்புரி நூலும் வயிற்றின் மீது உதிரபந்தமும் காணப் படுகின்றன. இடையில் முன்புறமும் பக்கவாட்டிலும் தொங்கல் களுடன் ஆடை காட்டப்பட்டுள்ளது. கைகளில் கங்கணங்கள் காணப்படுகின்றன.

மும்மூர்த்தி குடைவரையின் மூன்று கருவறைகளுள் வடக்கிலுள்ள கருவறையில் பிரம்ம சாஸ்தா வடிவில் முருகன் காட்சியளிக்கிறார். பின்புறச் சுவரில் புடைப்புச் சிற்பமாகக் காட்டப்பட்டுள்ள இவரது தலையில் கூர்மையாக முடியும் சிறு மகுடம் துலங்குகிறது. காதுகளில் பத்ர குண்டலங்கள் காணப்படுகின்றன. கழுத்தில் பெரும்பட்டை வடிவ அணிகலன் காணப்படுகிறது. மார்பின் குறுக்காகப் பெரிய மணிகளாலான வீரச்சங்கிலி விளங்குகிறது.

நான்கு கரங்கள் உள்ளன. வலது முன் கை அபய முத்திரை காட்ட இடது முன்கை தொடைமீது வைக்கப்பட்டுள்ளது. வலது பின்கரத்தில் தாமரையும் இடது பின்கரத்தில் அக்கமாலையும் காணப்படுகின்றன. வயிற்றின் மீது உதர பந்தம் உள்ளது. இடையிலுள்ள ஆடை வடிக்கப்படத் தொடங்கிய நிலையிலே நின்று போயுள்ளது. கால்களின் இருபுறமும் ஆடைகள் தொங்கும் பகுதி கொத்தப்பட்ட நிலையில் பணி நின்றுபோயுள்ளது. வளைகள் காணப்படுகின்றன.

முருகனின் தலையின் இருபுறமும் சற்றுப் பெரிய உருவில் பூதகணங்கள் காட்டப்பட்டுள்ளனர். உருண்டை முகத்துடன் பருத்த வயிற்றுடன் குள்ள உருவாகத் தென்படும் அவர்கள் கைகளில் ஏதோ பொருட்களுடன் வானில் பறந்துவரும் பான்மையில்

சித்திரிக்கப்பட்டுள்ளனர். சமபங்கமாக நிற்கும் முருகன் காலடியின் இருபுறமும் அடியவர்கள் மண்டியிட்டு வழிபாடு செய்கின்றனர்.

பிரம்ம சாஸ்தா:

படைப்புத்தொழில் செய்யும் நான்முகன் (பிரமன்) கொண்ட செருக்கை அடக்கித் தானே பிரமனது படைப்புத் தொழிலை மேற்கொண்ட கோலமே பிரம்ம சாஸ்தா என அழைக்கப்படும். பிரம்ம சாஸ்தா என்பதற்குப் பிரமனைத் தண்டித்தவர் என்று பொருள்.

கந்தபுராணத்தில் முருகன் பிரமனைத் தண்டித்துப் படைப்புத் தொழிலை மேற்கொண்டது மிக நயமாகக் கூறப்பட்டுள்ளது.. குமார தந்திரத்தில் இக்கோலம் ஒருமுகமும் நான்கு கரமும் கொண்டிருப்பார் என்றும் தனது பின் இரு கரங்களில் அட்சமாலை, கமண்டலம் கொண்டும் முன் இருகரங்கள் ஒன்று அபயமாகவும் மற்றொன்று இடுப்பிலும் கொண்டுள்ளார் என்றும் தெரிவிக்கிறது.

தொண்டை நாட்டில் பெரும்பாலான திருக்கோயில்களில் பிரம்ம சாஸ்தா வடிவினையே காண்கிறோம்.

— சேக்கிழார்தாசன் மற்றும் ரா.கிருஷ்ணன், *முழுதும் அழகிய குமரன்*, ப.53.

10. இரா.நாகசாமி, *மாமல்லை*, ப.103.
11. நடன. காசிநாதன், *மாமல்லபுரம்*, ப.67.
12. இச்சிற்பத்தின் புகைப்படத்திற்குக் காண்க:
Souvenir, The First International Comference Seminar. On Skanda - Murugan -1998.
13. சேக்கிழார்தாசன் மற்றும் ரா.கிருஷ்ணன், *முழுதும் அழகிய குமரன்*, ப.39.
14. மேலது, ப.40
15. சிதம்பரம் மயில்வாகனன், வரலாற்றில் சிதம்பரம் நடராஜர் கோயில், தொகுதி-1, ப.61.
16. மே.நூ., ப.40.
17. துர்க்காதாஸ் எஸ்.கே.ஸ்வாமி, விஷ்ணு புராணம், ப.58
18. மு.நளினி, இரா.கலைக்கோவன், அத்யந்தகாமம், ப.17.
19. நூலாசிரியரிடம் நேரில் (14.11.2009) தெரிவித்த கருத்து.

○

தொகுப்புரை

பல்லவர் காலத்தில் சிவன், திருமால், துர்க்கை, முருகன் ஆகிய கடவுளர்கள் முதன்மையுற்றனர். இத்தெய்வங்களுக்காகப் பல்லவர்கள் ஏராளமான கோயில்களைத் தங்கள் ஆட்சிக்குட்பட்ட நிலப்பரப்பெங்கும் எடுத்தனர்.

கடல்மல்லையில் குடைவரை, ஒன்றைக் கற்றளி, கட்டுமானக் கோயில்கள், திறந்தவெளிப் புடைப்புச் சிற்பங்கள் என உலகப் புகழ்பெற்ற சின்னங்கள் உருவாக்கப்பட்டன. இடைக்காலப் பல்லவர்களின் படைப்புகளாக அறியப்படும் இவற்றின் தன்மைகளுக்கேற்பப் பலவாறு வகைப்படுத்த இயன்றபோதிலும் வழக்கமான மரபிற்குட்பட்டவை, வழக்கமான தன்மையின்றிப் புதுமையான வடிவங்களில் உருவாக்கப் பட்டவை எனவும் பகுத்துக்காண முடியும்.

புலிக்குகை, கடற்கரையிலுள்ள துர்க்கைக் கோயில், கடற்கரைக் கோயில் வளாகத்தின் வடபுறமுள்ள உருளை வடிவ சிவன்கோயில், தென்பக்கமுள்ள துர்க்கையின் சிம்மக்கோயில் ஆகியன இத்தகைய புதுமைப் படைப்புகளாகும்.

கடல்மல்லைச் சின்னங்கள் பலவும் முழுமையாக ஆக்கப்பெறாமலும் தெய்வ உருவங்கள் காட்டப்பெறாமலும் உள்ளமையால் அவை எந்தெந்தத் தெய்வங்களுக்குரிய கோயில் அல்லது கருவறைகள் எனச் சுட்டுவதில் இடர்பாடு காணப்படுகிறது. சில சான்றுகளை முன்னிட்டு ஊகக் கருத்துகளையே முன்வைக்க முடிகிறது.

இந்நிலையில் மாமல்லையில் காணப்படும் சிறு சிற்பங்களும் (Minor Sculpture) சில தடயங்களைத் தந்து துணையாகின்றன.

புதுமை மிளிரும் விந்தை அமைப்பான புலிக்குகை பல்வேறு ஊகங்களுக்கும் இடமளித்துள்ளது. ஆயினும் இதனைப் பிற சின்னங்களுடனும் புலிக்குகையைப் பிரதிபலிக்கும் கடற்கரை மணல் வெளியிலுள்ள சிறுசிற்பங்களுடனும் ஒப்பிட்டுக் காணும்போது சில தெளிவுகளைப் பெறமுடிகிறது.

— புலிக்குகைப் பாறையில் வடக்கு நோக்கிச் செதுக்கப் பெற்று முற்றுப்பெறாதுள்ள சிம்ம வடிவம் கொற்றவைக்கு உரிய சிம்மக் கோயிலாகலாம்.

— மண்டபத்தின் தென்புறமுள்ள யானைமீதுள்ளது உருவம் முருகனாக இருக்கலாம்.

— அதனை அடுத்துள்ள யானைமீதிருப்பது இந்திரன் என உணர முடிகிறது.

— யானையினை அடுத்துள்ள குதிரை, பாற்கடலில் தோன்றி இந்திரனால் வாகனமாக அமைத்துக் கொள்ளப்பட்ட உச்சைச்சிரவம் என்னும் வெண்குதிரையாகலாம்.

— இவ்விரண்டு யானை வடிவங்களும் தம்மீது அமர்ந்த உருவங்களுடன் கடற்கரைக் கோயிலில் காணப்படுகின்றன. அவை அங்குத் தனிப்பரிவாரக் கோட்டங்களில் காட்டப் பட்டுள்ளன.

— அக்கோயில் கருவறையில் சோமாஸ்கந்தரின் உருவமும் திருமால், பிரமன் ஆகியோரது தனி உருவங்களும் துணைவியருடன் நிற்கும் வடிவங்களும் காணப்படுகின்றன.

— அவ்வமைப்பினைப் புலிக்குகையுடன் ஒப்பிட்டுக் காணும் போது புலிக்குகையின் நடு அறை, கருவறையாக இருக்கலாம் என உணர முடிகிறது.

— அது செவ்வக வடிவில் உள்ளதால் திருமாலும் பிரமனும் துதிக்க, சிவன் உமையுடனும் முருகுடனும் அமர்ந்த சோமாஸ்கந்தக் காட்சிக்கு உரியதாகலாம். இதே போல் காணப்படும் தர்மராச ரதத்தின் கருவறையும் சோமாஸ்கந்த வடிவமும் இங்கே இணைத்து எண்ணத்தக்கன. கருவறையின் வெளியே இருபுறமும் காட்டப்பட்டுள்ள கோட்டங்கள் திருமால், பிரமன் அல்லது வாயிற்காவலர்களுக்கு உரிய தாகலாம்.

— இக்கோயிலைச் சூழ்ந்துள்ள யாளித் தலைகளைக் கொண்டு இதனைத் துர்க்கையோடு உடனடியாகத் தொடர்புபடுத்திப் பார்க்க வேண்டியதில்லை. சிங்கம், யாளி வடிவங்களில் பேரீடுபாடு கொண்ட பல்லவர்கள் குறிப்பாக, இராசசிம்மன் தான் படைத்த சிவன் கோயில்களிலும் சிவனுக்குரியதாக இவற்றைப் படைத்துள்ளான். இதை மல்லையில் உருளை வடிவச் சிவன் கோயிலிலும் கடற்கரை பெரிய சிவன் கோயில் விமானத்திலும் காணமுடிகிறது. காஞ்சி கைலாசநாதர் கோயிலிலும் பனைமலை பனைமலைநாதர் கோயிலும் சிவனுடன் யாளிகள் காணப்படுகின்றன. சிவனுடன் சிங்கங்களைத் தொடர்புபடுத்திச் சித்திரிக்கும் வழக்கத்தை எல்லோரா கைலாசநாதர் கோயில் கருவறை மீதும் காணமுடிகிறது.

— பிற இடங்களில் கருவறையைச் சூழ்ந்தும், விமானத்தைச் சூழ்ந்தும் கோயிலின் புறச்சுவர்களிலும் மதில்களிலும் அமைக்கப்பெற்றுள்ள யாளிகள் இங்கு உட்கோட்டங்களையும் கொண்ட கருவறையைச் சூழ, அரைவட்டத் தோரணமாக வடிக்கப்பட்டுள்ளன எனலாம்.

— ஆகவே, புலிக்குகை என்று அழைக்கப்பெறும் இது கிழக்கு முகமாக, முருகனையும் இந்திரனையும் பரிவார தெய்வங் களாகக் கொண்ட சிவன்கோயிலையும் வடக்கு முகமாகக் கொற்றவைக்குரிய சிம்மக்கோயிலையும் கொண்டதொரு கூட்டுக்கோயில் (Compound Temple) என்று உணர இயலுகிறது.

❍

பின்னிணைப்பு - 1

அறிஞர் கருத்துடன் உரையாடல்

கூ.ரா. சீனிவாசன்

பேரறிஞர் கூ.ரா.சீனிவாசன் அவர்கள் பல்லவர் கலைப் பணிகளை ஆய்ந்து 'பல்லவரின் குகைக்கோயில்கள்' (Cave Temples of the Pallavas) என்ற ஒப்பற்ற நூலை வழங்கியுள்ளார். அதில் புலிக்குகை குறித்து மிக விரிவான தகவல்களையும் தந்துள்ளார். அதில்,

இரண்டு யானைகளின் பிடரியில் அம்பாரி போன்ற அமைப்புக் காணப்படுகிறது. குதிரை இலாட வடிவ வளைவுகளுக்குள் ஆழமாக வெட்டப்பட்ட அறைகள் காணப்படுகின்றன. இவற்றின் பின்சுவரில் காட்டப்பட்டுள்ள நான்கு கரங்களைக் கொண்ட தெய்வங்கள் கையில் சக்தி அல்லது வஜ்ரம் போன்ற ஆயுதத்தை ஒரு கரத்தில் கொண்டுள்ளன. இவ்விரு உருவங்களும் இந்திரனைக் குறிப்பதாகவோ அல்லது ஒன்று இந்திரனையும் மற்றொன்று ஸ்கந்தனையும் குறிப்பதாகவோ இருக்கலாம். ஏனெனில் இரண்டும் யானைகளை வாகனங்களாகக் கொண்டுள்ளன. அத்துடன் ஸ்கந்தன் பல்லவர்களின் பெருவிருப்பத்திற்குரியவனாவான். இவ்விரு யானைகளுக்கிடையே ஒரு ஸ்தம்பம் அல்லது தூண் சித்திரிக்கும் முதல்நிலை முயற்சியும் காணப்படுகிறது...

இச்சின்னத்தின் வடபுறத்தில் ஒரு சிங்கத்தின் தலையும் அதன் உடலாக அமைய வேண்டிய பகுதியில் ஒரு கருவறையும் உருவாக்கப் பட்டுள்ளது. இதே போன்ற சிங்க உருவம் அதில் மகிடாசுரமர்த்தினி யாக துர்க்கையும் இராசசிம்மனால் உருவாக்கப் பட்ட கடற்கரைக் கோயிலிலும் காணப்படுகிறது. அரங்கம் போன்ற இந்த மண்டபம் துர்க்கைக்காக அமைக்கப்பட்டது என்று கூற இதுவும் ஒரு காரண மாகலாம். இந்திரன் வடிவமும் இரண்டு யானைகளுக்கிடையே அமைக்கப்பட்டுள்ள கொடிமரமும் (இந்திர துவஸ்தஸ்தம்பம்) இக்குடைவரை கடலுக்கு மிக அருகில் அமைக்கப்பட்டிருப்பதும் இந்திரவிழாவை நினைவூட்டுவனவாக உள்ளன. பண்டைத் தமிழகத்தில் இந்திரவிழா மிகச் சிறப்பாக காவிரிப்பூம்பட்டினம் போன்ற கடற்கரை நகரங்களில் கொண்டாடப்பட்டு வந்ததை இலக்கியங்கள் தெரிவிக்கின்றன. சிலப்பதிகாரம் முதல் காண்டத்தில் இரண்டு காதைகளில் இந்திரவிழாவும் அதனையொட்டி மக்கள் கடலாடுவதும் விவரிக்கப்பட்டுள்ளன. அவற்றில் கொடுக்கப் பட்டுள்ள விவரங்கள் இக்கொள்கைக்கு வலிமை சேர்க்கின்றன. ஆகவே, அகழ்ந்தெடுக்கப் பட்ட இக்கோயில் இந்திரவிழாவின்போது இந்திரன் வடிவோ அல்லது அவனது கொடிக்கம்பமோ

கொண்டுவந்து வைக்கப்படும் உற்சவ மண்டபமாக இருத்தல் வேண்டும் அல்லது அரசன் தங்கியிருந்து விழாவினைக் காணும் இடமாகவும் இருந்திருக்கலாம். சிலப்பதிகாரத்தில் இடம் பெற்றுள்ள அளவு விரிவாக இல்லாவிடினும் போஜராசன் எழுதிய சமரங்கண சூத்திர தாராவிலும் (Samarangaṇa Sutradhara) இவ்விழா குறிக்கப் பட்டுள்ளது.

மகாபலிபுரத்திலிருந்து இரண்டு கல் தொலைவிலுள்ள இந்த மீனவ குப்பத்தில் பிற்காலத்துக் கல்வெட்டொன்று இந்த இடத்தைத் திருவிழிச்சில் என்று குறிப்பிடுகிறது. இதற்குத் தெய்வமோ அரசனோ வந்து தங்கியுள்ள இடம் என்பது பொருள். தெய்வீக அல்லது புனித ஊர்வலங்கள் வந்து தங்குமிடம் அல்லது அரசன் வந்து தங்குமிடம் (முகாம்) என்பதாகும். அத்தகைய திருவிழிச்சில் அல்லது திருவிழிச்சிலூர் அல்லது திருவிழிச்சியூர் துறைமுக நகரமான மகாபலிபுரத்தின் ஒருபகுதியாகும். *(பக்.182–83)*

என ஆழ்ந்த பார்வையுடன் தன் கருத்தினை முன்வைத்துள்ளார். அவர்தம் கருத்தினைத் தொகுத்துக் கொண்டால்,

'இந்திர வடிவமும் இந்திரனது கொடிமரமும் மண்டபமும் கடலோரத்தில் இடம் தேடி அமைத்திருக்கும் முறையும் திருவிழிச்சில் என்ற இப்பகுதியின் பெயரும் பண்டைத் தமிழகத்தில் நிகழ்ந்த இந்திரவிழாவினை நிகழ்த்தி, மக்களும் கண்டு களிப்பதற்காக உருவாக்கப் பட்டிருக்கலாம்' என உணர்ந்து கொள்ள முடிகிறது.

இக்கருத்தமைதி நம்மிடம் சில ஐயங்களை எழுப்புகின்றன:

— சிலப்பதிகாரமும் மணிமேகலையும் புகாரின் இந்திர விழாவினைக் குறித்து விவரிக்கின்றன. ஆனால் அக்கதைகள் நிகழ்ந்ததாக அறிஞர்கள் கருதும் காலத்திற்கும் இராசசிம்மன் இச்சின்னத்தை உருவாக்கிய காலத்திற்கும் பல நூற்றாண்டு இடைவெளி உள்ளது.

— இந்நீண்ட நூற்றாண்டுக் கால இடைவெளியில் தமிழகத்துச் சமயப்போக்கில் ஏராளமான மாற்றங்களும் நிகழ்ந்துள்ளன. குறிப்பாக, கி.பி. 5ஆம் நூற்றாண்டில் குப்தர் காலப் பகுதியில் கட்டியமைக்கப்பட்ட இந்து சமயத்தில் வேதக் கடவுளரில் ஒருவனான இந்திரன் முன்னுரிமை பெறவில்லை. அவனது நிலை ஏறக்குறைய கிழக்குத் திசையின் அதிதேவதை என்ற அளவில் குறுகிவிட்டது.

— 'புத்தெழுச்சி பெற்ற 'இந்து சமயக்' கோயில்களில் இந்திரனுக்குத் தனிப்பெரும் கோயில்கள் காணப்படவில்லை. பிற கோயில் விமானங் களும் கோபுரங்களுமே இந்திரனது இடமாகியது.

— பல்லவர் காலத்தில் எழுந்த பக்தி இலக்கியங்கள் எதுவும் இந்திரனுக்காகப் படைக்கப் பெறவில்லை. அவற்றில் இந்திரவிழாக் குறித்த தகவல்கள் இருப்பதாகவும் தெரியவில்லை.

— பல்லவர்கள் காஞ்சியிலோ மல்லையிலோ இந்திரவிழாக் கொண்டாடியதற்கான தடயங்களும் இருப்பதாகத் தெரியவில்லை.

— 'திருவெழுச்சி' என்பது ஓர் அரசன் ஓர் ஊருக்கு வருகின்ற நிகழ்வைக் குறிப்பதாகும்.

திருவெழுச்சிக் குடிமை — அரசன் நாடு சுற்றிப்பார்க்குங்கால் ஓர் ஊருக்கு வருதற்குச் செலவாகும் தொகைக்கு ஊரார் கொடுக்கும் வரி வகை. இவ்வரி நாடென்ற வரியாகும்...

திருவெழுச்சிப்பேறு — அரசன் தன் ஆட்சிக்குட்பட்ட ஊர்கட்குச் சென்று நேரில் நிலைமையினை விசாரணை செய்தற்குரியதாக மக்கள் செலுத்தும் காணிக்கை.

என இச்சொல் தொடர்பான பிற சொற்கள் விளக்கப்பெறுகின்றன.

(சி.கோவிந்தராசன், *கல்வெட்டுக் கலைச்சொல் அகரமுதலி*, ப.266)

சாளுவன்குப்பம் அரசன் முகாமிட்டு மக்களின் குறைநிறைகேட்டு வரியும் காணிக்கையும் பெறும் இடமாக இருந்தமையால் திருவெழுச்சில் என்ற பெயரினைப் பெற்றிருக்கலாம் என்று தோன்றுகிறது. அதனை விழாக் காண வந்து தங்குவதுடன் தொடர்புபடுத்துவது பொருந்துவதாகத் தெரியவில்லை.

— இங்குள்ள யானைகளைக் கடற்கரைக்கோயில் சத்திரிய சிம்மப் பல்லவேச்சுரத்தின் கருவறை வாயிலின் இருபுறமுமுள்ள பரிவார அமைப்புகளோடு பொருந்திப் பார்க்கும் போது அவை இந்திரனை முதன்மைப்படுத்தாமல் சிவனை முதன்மைப்படுத்துவதை உணரமுடிகிறது. அத்துடன் தூண் அமைப்பு, கோட்டங்களை உருவாக்குவதற்கே என எண்ண வேண்டியுள்ளது. மல்லையில் பல இடங்களில் காணப்படும் அத்தூண் அமைப்பினை இந்திர ஸ்தம்பம் எனக் கொள்வதில் பெரும் தயக்கம் ஏற்படுகிறது.

◯

பின்னிணைப்பு - 2

புதுமையான கோயில்கள் குறித்த தகவல்கள்

கருவறை, முன்மண்டபம், சுற்றாலை என்னும் வழமையான அமைப்பில் ஒன்றும் பலவும் கூடியும் குறைந்தும் பல்வேறு மாறுபட்ட தன்மைகளுடன் குடைவரைகளும் ஒற்றைக் கற்றளிகளும் கட்டுமானக் கோயில்களும் மல்லையில் காணப்படுகின்றன. அவை பல்வேறு தோற்றங்களில் காணப்பட்டாலும் பொதுப்பண்பு வரையறைக்கு உட்பட்டனவேயாகும்.

ஆனால் மரபார்ந்த வடிவ அமைப்பு இல்லாமல் பொதுப்பண்பிற்கு இயையாமலும் மாமல்லை தவிரப் பிற இடங்களில் காணவியலாத தன்மையிலும் சில கோயில் வடிவங்கள் இங்குக் காணப்படுகின்றன. கலைஞர்கள் மிகு சுதந்திரத்துடன் தங்கள் படைப்பாற்றலை வெளிப்படுத்தியுள்ள அவை காண்போர்க்குப் பெருவியப்பினையும் மகிழ்வினையும் கலையின்பத்தினையும் வழங்குகின்றன. அத்தகைய வியத்தகு படைப்புகளாக,

— கொற்றவைக்கு எடுக்கப்பட்ட கோயில்கள்
— சிவனுக்குரிய கோயில்கள்
— புலிக்குகை

ஆகியன திகழ்கின்றன.

கொற்றவைக்குரிய கோயில்கள்

இந்தியப் பழங்குடிகளின் தாய் தெய்வ வழிபாட்டிலிருந்து முகிழ்த்த கொற்றவை வழிபாடு மிக்க தொன்மை வாய்ந்ததாகும். திராவிடத் தொல் குடிகளிடம் விளங்கிய கொற்றவை பழந்தமிழ் இலக்கியங்களில் பாலை நிலத்திற்குரிய தெய்வமாகப் பேசப்படுகிறாள். போர்த் தெய்வமாக வளர்ச்சியுற்ற கொற்றவை வழிபாடு பிற்காலத்தில் பல்வேறு கூறுபாடுகள் மிகுந்து 'சாக்தம்' என்னும் தனிச் சமயமாக மலர்ச்சியுற்றது. புத்தெழுச்சி பெற்ற இந்து சமயத்துள் அது இணைப்புற்றது.

பல்லவர் காலத்தில் துர்க்கை என்னும் பெயரிலும் சாமுண்டி என்னும் பெயரிலும் இவ்வழிபாடு வளர்ச்சியுற்றது. பல்லவர்கள் வடித்த கொற்றவைக் கோயில்களையும் சாமுண்டிச் சிற்பங்களையும் காணும் போது சிவன், திருமால் ஆகியவற்றிற்கு இணையாகத் தனித்த வளர்ச்சி பெற்றிருப்பதையும் அறிய இயலுகிறது.

திரௌபதை ரதம்

ஐந்து ரதங்களுள் ஒன்றான திரௌபதை ரதம் கொற்றவைக்கு எடுக்கப்பட்ட தனிக் கோயிலாகும். கருவறையின் பின் சுவரில் கொற்றவை

நான்கு கரங்களுடன் தாமரை மலர்மீது காட்சியளிக்கிறாள். பின்புற வலக்கரத்தில் சக்கரமும் பின்புற இடக்கரத்தில் சங்கும் காணப் படுகின்றன. முன்னுள்ள வலக்கரம் அபய முத்திரை காட்ட, இடக்கரம் தொடைமீது வைக்கப்பட்டுள்ளது. மேலே இருபுறத்திலும் கணங்கள் ஆயுதங்களுடன் காட்சியளிக்கின்றனர்.

தேவியின் முன்பாக வலப்பக்கம் வீர மண்டியிட்டு அமர்ந்துள்ள ஒரு வீரர் தன் தலையைத் தானே அரிந்து பலிகொடுக்கும் செயலில் ஈடுபட்டுள்ளார். இடப்புறமாக உள்ளவர் மலர் கொண்டு தேவியைப் பணிகின்றார்.

மிக நுட்பமாகவும் சீராகவும் செதுக்கப் பெற்றுள்ள கூரையின் நான்கு மூலைகளிலும் அழகிய கொடிக்கருக்குகளுடன், ஒரு குடிசை போன்ற வடிவில் இக்கோயில் காட்சியளிக்கிறது.

> கூரைக்குமேல் வழக்கமாக அமையும் கிரீவப்பகுதி இத்தளியில் காட்டப்படவில்லை. அதற்குப் பதிலாகப் பெரிய அளவிலான நாகர சிகரம் அமைக்கப்பட்டுள்ளது. இச்சிகரத்தின் பக்கப்பகுதிகள் கூரை மட்டத்திற்கும் கீழிறங்கிய நிலையில் நாற்புறமும் நீட்டப்பட்டிருப்பது புதுமையான அமைப்புமுறையாகும். இந்த நீட்டலே தளிக்குக் கபோதப் பயன்பாட்டைத் தந்துவிடுவதாலோ என்னவோ, இங்குக் கபோதம் அமைக்கப்படவில்லை.

என்பர் (*வரலாறு—6*, ப.103).

இக்கோயில் கருவறை வாயிலின் இருபுறமும் துவார பாலகிகளான காவற்பெண்டிரின் அழகிய உருவங்கள் காணப்பெறுகின்றன.

வலப்புறம் நிற்கும் காவற்பெண்ணின் இடக்காதில் பத்ர குண்டலமும் நீண்டு தொங்கும் வலக்காதில் குழையும் காணப்படுகின்றன. வலது கரத்தில் நீண்ட வாளினை உயர்த்திப் பிடித்துள்ளாள். இடக்கை தொடையருகில் வைக்கப்பட்டுள்ளது.

இடப்பக்கம் நிற்கும் பெண் வலக்கையில் ஒரு வில்லை ஊன்றி நிற்கிறாள். இடக்கை தொடையின் மீது ஊன்றப்பட்டுள்ளது. வலக் காலினை மிக இயல்பாக மடித்து ஊன்றி நிற்கிறாள். முதுகின் பின்புறத்தில் அம்புறாத் தூணிகள் உள்ளன.

கொற்றவையின் இத்தளியும் பிற தளிகளிலிருந்து பலவகையில் மாறுபட்டுள்ளது.

கடற்கரை கொற்றவைக் கோயில்

கடற்கரைக் கோயிலின் வடக்கே, கடல் மணற்பரப்பில், அலைகள் தழுவும் தன்மையில் ஒரு பாறை கிடக்கிறது. அதில் கொற்றவைக்கான கோயிலொன்று வடிக்கப்பெற்றுள்ளது.

இப்பாறையின் மொத்த உயரம் ஏறத்தாழ 20 அடி ஆகும். இதில் கரை மணலிலிருந்து ஏறத்தாழ 5 அடி உயரத்தில் செவ்வக வடிவத்தில் ஒரு கோயில் அமைக்கப்பட்டுள்ளது. இதன் நீளம் 10.5 அடி; அகலம்

6 அடி ஆகும். கூரை இல்லாத நிலையிலும் இதன் முன்பக்கமுள்ள இடப்பரப்பு முன்மண்டபம் என்று உணரத்தக்க வகையில் அமைந்துள்ளது.

அழகானதொரு அடித்தளத்தின்மீது கருவறையும் அதன் இருபுறங்களில் கோட்டங்களும் காணப்படுகின்றன.

உபானம், பத்மம், கண்டம், விருத்த குமுதம், கம்பு, கண்டம், கம்பு, பட்டிகை ஆகிய உறுப்புகள் கொண்டதாய் இதன் அடித்தளம் திகழ்கிறது.

கருவறை 4 அடி உயரமும் 3 அடி அகலமும் உடையதாகும். 3 அடி அளவில் இதன் ஆழம் விளங்குகிறது. கருவறையின் முன்னால் இருபுறமும் யாளிகளின் மீதமர்ந்த வீரர்கள் பாய்ந்து செல்கின்றனர். யாளிகள் உருவில் பெரியன. அவை தூணுடன் இணைந்திருப்பதாகத் தெரிகின்றது.

கருவறையின் தென்புற உட்கோட்டம் 3.5 அடி உயரமும் 2 அடி அகலமும் உடையதாகவும் வடபுற உட்கோட்டம் 3.5 அடி உயரமும் 3 அடி அகலமும் உடையதாகவும் காணப்படுகின்றன.

இவற்றில் கோடிக்கல் மண்டபம், திரௌபதி ரதம் ஆகிய கொற்றவைக் கோயில்களில் காணப்படுவது போன்ற காவற்பெண்டிர் காணப்படுகின்றனர். அவர்கள் கைகளில் வில், வாள் முதலிய ஆயுதங்களை ஏந்தி எழில்மிக்க கோலத்துடன் நிற்பதை உணர இயலுகிறது. சிலைகள் உப்புக் காற்றினால் மிகவும் தேய்வுற்றிருப்பதால் தெளிவாக அவற்றின் கூறுபாடுகள் புலப்படவில்லை.

கருவறையின் பின் சுவரில் கானத்து எருமைக் கருந்தலைமேல் வெற்றிப் பெருமிதத்துடன் கொற்றவை வீற்றிருக்கிறாள். வலக்காலை மடித்து எருமைத் தலைமீது வைத்து இடக்காலைக் கீழே தொங்கவிட்டு அமர்ந்துள்ள அவள் பலவகையான, படைக்கலன்களை எட்டுக் கரங்களிலும் ஏந்தியுள்ளாள்.

இடமுன் கரம் வில்லினைத் தரையில் அழகுற ஊன்றியுள்ளது. பல்லவர் காலத்தின் தனித்தன்மைமிக்க தலையலங்காரம் காணப்படுகிறது.

கடற்காற்றால் மிகவும் பாதிக்கப்பட்டு உருவங்கள் தெளிவற்றுத் தோன்றும் நிலையிலும் இக்கோயிலின் வடிவங்கள் அழகுணர்வைத் தூண்டும் வண்ணம் சிறப்புற வடிக்கப்பெற்றுள்ளன.

கலைத்திறன் மிக்க இக்கோயிலுக்கு மேலேறிச் செல்லப் படிக்கட்டுகள் காணப்படவில்லை. ஒருவேளை அவற்றை அமைக்கும் முன் பணி நின்றுபோயிருக்கலாம் அல்லது தொலைவிலிருந்து நோக்கி மகிழும் வண்ணம் மட்டும் இது உருவாக்கப் பெற்றிருக்கலாம்.

இப்பாறையின் வடபுறத்தில் திறந்த நிலைப் புடைப்புச் சிற்பமாக (Open Air Bas-relief) மகிடாசுரனது தோல்வி நிலை சித்திரிக்கப்பட்டுள்ளது. எருமைத்தலை அரக்கன் வலக்கரத்தில் கதாயுதத்தினை வைத்துள்ளான். அவனது இடக்கரத்திலுள்ள விரல்கள் பிரிந்த நிலையில் காணப்

பெறுகின்றன. அரையுருவாகக் காட்டப்பட்டுள்ள மகிடனது பின்புறமாக கொற்றவையின் வாகனமான அரிமா பாய்கிறது. அது தன் வலது முன்னங்காலால் அரக்கனது தோளினைப் பற்றியுள்ளது. அதன் இடது முன்னங்கால் அவனது தலைமீது பதிந்துள்ளது. அவ்விரல்களில் உள்ள நகங்கள் அரக்கன் தலையில் ஆழ ஊன்றியுள்ளன. அவனது தலையின் பின்புறத்தைத் தன் வாயால் சீற்றத்துடன் கவ்விக் கடிக்கிறது. அது பாயும் வேகமும் பொங்கும் சினமும் வலிமை மிக்க உடற்திரட்சியிலும் ஊன்றியுள்ள பின்னங்காலிலும் பிதுங்கும் கண்களிலும் வெளிப் படுகின்றன.

கொற்றவையிடம் போரிட்டுத் தோற்ற மகிடன், கதாயுதத்தைக் கக்கத்தில் இடுக்கிக்கொண்டு புறமுதுகிட்டு ஓடுகின்ற நிலையை அரிமா பின்னிருந்து பாய்வதிலிருந்தும் பிரிந்து சுழலும் அவனது இடது கரமும் விரல்களும் வேதனையோடு அலறுவதையும் காட்டுகின்றன.

மகிடாசுரனுடன் கொற்றவை நிகழ்த்தும் போர்க்கோலம் அதிரணசண்டேசுவர கிரகத்தின் வெளிமுற்றத்தில் உள்ள பாறையில் தீட்டப்பட்டுள்ள சிறு சிற்பத்திலும் மகிடாசுரமர்த்தினி குடைவரை யிலுள்ள உலகப்புகழ்பெற்ற சிற்பத்திலும் பெருங்கலைத்திறனுடன் வடிக்கப்பெற்றுள்ளது. அவ்விடங்களில் கொற்றவையின் பூத கணங்களும் மகிடனுடன் அரக்க வீரர்களும் காட்டப்பட்டுள்ளனர். ஆனால் இங்கோ கொற்றவையின் சிங்கத்தால் அரக்கன் கடிபடும் இறுதிநிலையும் அவனை வென்ற அவளது பெருமிதக் கோலம் கருவறையினுள்ளும் சித்திரிக்கப் பட்டுள்ளன.

சிம்மக் கோயில்

கடற்கோயில் வளாகத்தின் வெளிச்சுற்றில், மேற்கு நோக்கிய கோயிலின் தென்புறம் சிம்ம வடிவிலான கொற்றவை கோயிலொன்று காணப்படுகிறது. முன்கால்களை ஊன்றி அமர்ந்துள்ள சிங்கமொன்று நிமிர்ந்து கர்ஜிக்கும் நிலையில் இது வடிக்கப்பெற்றுள்ளது. பிதுங்கும் உருண்டைக் கண்களுடன் வாயின் இருபுறமும் வெளிவந்துள்ள மிக நீண்ட கோரைப் பற்கள் வெளிப்பட்டிருக்க, அச்சமூட்டும் வண்ணம் அது முழங்கிக் கொண்டுள்ளது. அதன் வலிய முன்கால்கள் ஓர் அடித்தள பீடத்தின் மீதுள்ளன.

உபானம், பத்மம், கண்டம், திரிபட்ட குமுதம், ஆலிங்கம், அந்தரி, பிரிதி, வாஜனம் ஆகிய உறுப்புகளுடன் இவ்வடித்தளம் அழகுறத் திகழ்கின்றது.

சிம்மத்தின் மார்புப் பகுதியில் சதுரமான கருவறை குடையப் பெற்றுள்ளது. அதன் உட்புறம் எட்டுக்கரங்களிலும் ஆயுதங்களை ஏந்திய வண்ணம் எருமைத் தலைமீது கொற்றவை வீற்றிருக்கிறாள். அவள் தனது இடதுகாலை மடித்து எருமைத் தலைமீது வைத்துள்ளாள். இடது முன்கையால் பற்றி மிக எழிலார்ந்த நிலையில் வில்லினைத் தரையில் ஊன்றியுள்ளாள். மிகச் சிறிய பரப்புள்ள இடத்தில் இக்கோலம் வடிக்கப்

கம்பு
பட்டிகை
கம்பு
கண்டம்
கம்பு
முப்பட்ட குமுதகம்
கண்டம்
பத்மம்(ஜெகதி)
உபாணம்

அதிட்டாணம்

கோட்டோவியம்: சிம்மக்கோயில்

பெற்றிருந்த போதிலும் கொற்றவையின் உடலில் காணப்படும் வளைவும் கரங்களிலும் பொருட்களிலும் தென்படும் நுட்பமும் வியக்கச் செய்கின்றன.

மடித்து வைக்கப்பட்டுள்ள சிம்மத்தின் பின்காலின்மீது கொற்றவையின் காவற்பெண் ஒருத்தி அமர்ந்துள்ளாள். அவள் தன் வலக் காலினை மடித்து ஊன்றி, இடக் காலினைத் தொங்கவிட்டு அமர்ந்துள்ளாள். உயர்ந்துள்ள இடக் கையில் வில்லினைப் பற்றி, அதனைச் சிம்மத்தின் தொடைமீது ஊன்றியுள்ளாள். வலது தொடைமீது ஊன்றப்பட்டுள்ள வலக்கரம் ஏதோ ஒரு முத்திரை காட்டுகிறது. கழுத்தில் மூன்று வடமாக அமைந்த மணிகளுடன் கூடிய அணிகலமும் மார்பின் மீது மற்றொரு

வடமும் காணப்படுகின்றன. இடது தோளிலிருந்து, மிக இயல்பான தன்மையில் யக்னோபவித்திரம் போன்ற நூல் தொங்க, வலப்புறமாகச் சாய்ந்துள்ள தலையின் மீது அலங்காரமாகக் கூந்தல் முடியப்பெற்றுள்ளது. செவிகளில் அணிகலன்கள் திகழ்கின்றன. வலது கையில் தொடியும் வளைகளும் காணப்படுகின்றன. இடையாடையின் மடிப்புகள் தென்படுகின்றன. அதன் விசிறி மடிப்பு, இடது தொடையருகில் சிம்மத்தின் மீது படிவதாகக் காட்டப்பட்டுள்ளன. தீமையை அழித்து வென்ற போரின் வெற்றிப் பெருமிதம் தவழும் முகத்தில் கீழ்நோக்கிய பாவனையிலுள்ள கண்களில் அமைதியும் அருளும் தென்படுகின்றன.

துர்க்கையின் மற்றொரு காவற் பெண் சிம்மத்தின் பின் காலின் மீது வீற்றிருக்கிறாள். இடக் கால் ஊன்றி வைக்கப்பட்டுள்ள நிலையில் வலக் கால் கீழே தொங்கவிடப்பட்டுள்ளது. வலப் பக்கம் உள்ள சிற்பமளவிற்குத் திருத்தமாக அமைந்திராத இக்காவற் பெண் இடக் கையில் நீண்ட வில்லினைப் பற்றிச் சிங்கத்தின் தொடையில் ஊன்றியுள்ளாள். வலக்கை மடித்து மேல் நோக்கியுள்ளது. தலை அலங்காரம் அடியில் இருபிரிவாகவும் மேலே இருபிரிவாகவும் முடியப்பட்டுள்ளது. செவிகளில் குண்டலங்கள் உள்ளன. கழுத்திலுள்ள அணிகலன்கள் தெளிவற்றுக் காணப்படுகின்றன. இடத் தோளிலிருந்து பூணூல் நீண்டு தொங்குகிறது. முகம் நேராக அமைந்திருக்க, கண்கள் கீழ்நோக்கிய பாவனையில் உள்ளன. மார்பில் கச்சையும் கையில் வளைகளும் திகழ்கின்றன.

தாய்ப் பாறையிலேயே அமைந்த அடித்தளத்தின் மீது இந்தச் சிங்கக் கோயில் நிறுத்தப்பட்டுள்ளது. இதன் வலப்புறம் தாய்ப்பாறையிலேயே செதுக்கப்பட்ட மான் ஒன்றும் சங்கு ஊதும் குள்ள பூதமொன்றும் காணப்படுகின்றன. தலைப்பகுதி முற்றிலும் சிதைந்து போயுள்ள மான் தனது வலது முன்காலினை மடித்தும் இடது முன்காலினை நீட்டியும் மிக இயல்பாகப் படுத்துள்ளது. அதன் முன்னுள்ள சங்கு ஊதும் பூதத்திற்கும் தலை சிதைவுற்றுள்ளது.

உருளை வடிவச் சிவன் கோயில்

கடற்கரைக் கோயிலின் வடக்குப் பக்கத்தில், மதில் சுவருக்கு வெளியே, உருளை வடிவமான கோயிலொன்று காணப்படுகிறது. மணலில் புதையுண்டிருந்த இக்கோயில் 1990ஆம் ஆண்டு இந்தியத் தொல்லியல் துறையினரால் கண்டுபிடிக்கப்பட்டதாகும்.

பெருவியப்பூட்டும் பல்வேறு கூறுகளை இக்கோயில் வளாகம் பெற்றுள்ளது. தரைப்பகுதியிலிருந்து ஏறத்தாழ மூன்று அடிப் பள்ளத்தில், நீள்வட்ட வடிவமான பரப்பில் இக்கோயில் அமைந்துள்ளது. படிகளாகவும் சுவர்களாகவும் அமையும் வண்ணம் இதன் சுற்றுச்சுவர் விளங்குகிறது. தரைத்தளமும் கற்களால் பாவப்பட்டுள்ளது. இதன் வடக்குப் பகுதியில் தாய்ப் பாறையிலேயே அமைந்த பெரிய வராகச் சிற்பமொன்று மதிலை ஒட்டிக் காணப்படுகிறது. பல்வேறு துண்டுகளாக

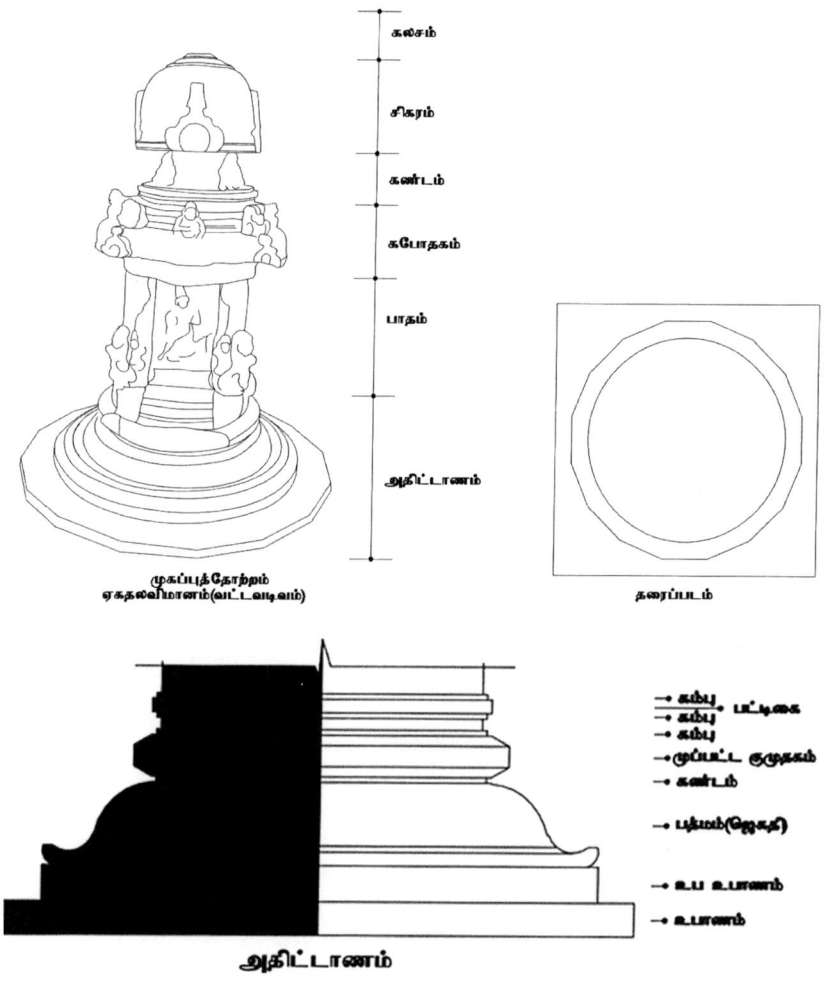

முகப்புத்தோற்றம்
ஏகதலவிமானம்(வட்டவடிவம்)

தரைப்படம்

அதிட்டாணம்

உருளை வடிவச் சிவன் கோயில்

உடைபட்ட இச்சிலை, தொல்லியல் துறையினரால் பொருத்தப்பட்டுக் காட்சி தருகிறது. முன்னிருகால்களை உறுதியாய் ஊன்றித் தலை குனிந்து நிலம் நோக்கும் பாவனையில் வளைந்த தந்தமும் பிதுங்கிய கண்ணும் அதன் விரைவையும் ஆற்றலையும் புலப்படுத்துகின்றன. வயிற்றின் கீழ்ப்பகுதியில் உள்ள பாறையில் தாமரை இலைகள் காணப்படுகின்றன. வராகம் நிற்கும் மேடையில் பல்லவ கிரந்தத்தில் கல்வெட்டுக்கள் காணப்படுகின்றன.

வராகத்தின் வடபுறம் உருளை வடிவக் கோயில் அமைந்துள்ளது. தாய்ப் பாறையில் இதன் அடித்தளம் வட்ட வடிவில் அழகுற அமைக்கப்

பட்டுள்ளது. அடியில் முதலாக உள்ள பகுதி 16 கோணங்களைக் கொண்டது. ஒன்றின் மீது ஒன்றாக அமைந்த ஆறு வட்டங்களில் அமைக்கப்பட்டுள்ள இவ்வடித்தளத்தின் மேல் பகுதியில் இரண்டு சிறுபடிக்கட்டுகள் காணப்படுகின்றன.

அத்தளத்தின் மீது மூன்று கற்பகுதிகளாகக் கோயில் வடிக்கப்பெற்றுப் பொருத்தப்பட்டுள்ளது. தளத்தின் மீது வட்டவடிவில் கருவறை காணப்படுகிறது. நீள்சதுரமான இக்கருவறையின் உட்புறச் சுவரில் எருதின் மீதமர்ந்த சிவனது உருவம் எழிலார்ந்த நிலையில் காட்சியளிக்கிறது. பல்லவ பாணியிலான ஒயிலுடன் காட்சிதரும் இவ்வுரு நான்கு கரங்களைக் கொண்டுள்ளது. அமர்ந்துள்ள உருவம் மிகவும் தேய்ந்துள்ளதால் தெளிவுற அடையாளம் காண இயலாத நிலையில் உள்ளது. இவ்வுருவின் முன் வலது கையில் இருப்பது திரிசூலமாகும். சூலத்தின் தலைப்பகுதி ஏறக்குறைய முற்றிலும் தேய்வுற்றுவிட்டது. வலப் பின்கரம் வில்லினை ஏந்தியுள்ளது. அடிப்பகுதி தேய்வுற்ற அவ்வில் வலத் தொடைமீது ஊன்றப்பட்டுள்ளது. வலக் கரத்தின் ஓரத்தில் காட்டப்பட்டுள்ள நாகம் மிகவும் தேய்வுற்றுள்ளது. இடக்கரத்தில் வீணை, இசைக்கும் பான்மையில் சாய்வாகக் காட்டப்பட்டுள்ளது. இடப் பின்கரத்தில் உள்ள பொருள் தெளிவாகத் தென்படவில்லை. இதன் வலப்புற, இடப்புறச் சுவர்களில் விஷ்ணுவும் பிரமனும் காணப்படுகின்றனர்; உருவங்கள் மிகவும் தெளிவற்றுள்ளன. சிவனது தலையில் நீண்ட ஜடா மகுடம் காணப்படுகிறது. இவ்வுருவை வீணையேந்திய மாதொரு பாதியன் (வீணாதர அர்த்தநாரீஸ்வரர்) என மைக்கேல் லாக்வுட் அடையாளம் கண்டுள்ளார் (Michael Lockwood, *Pallava Art*, p.235).

கருவறையின் முன் இருபுறமும் அரைத்தூண்களின் கீழ் முன்னங்காலினை உயர்த்திய வண்ணம் அமர்ந்துள்ள யாளிகளின் மீது வீரர்கள் அமர்ந்துள்ளனர். கருவறையின் பின்புறமும் இரண்டு அரைத்தூண்களும் அவற்றின் கீழ் வீரர்களைச் சுமந்தவண்ணம் அமர்ந்துள்ள யாளிகளும் காணப்படுகின்றன.

கருவறை மேலுள்ள நடுப்பகுதியுள் கீழ்ப்புறமாக நான்கு இலாட வடிவிலான கபோதங்கள் காணப்படுகின்றன. வளைவில் நான்கு யாளிகள் அரையுருவில் காணப்படுகின்றன. அவற்றின் இடையிடையே நான்கு பூதகணங்கள் உள்ளன. அதற்கு மேலே சிகரம் காணப்படுகிறது. இலாட வடிவிலான கூடுகள் நான்கு திசைகளிலும் செதுக்கப்பட்டுள்ளன. ஒவ்வொரு கூட்டின் உள்ளும் விநாயகர் வடிவம் காட்சியளிக்கிறது. ஸ்தூபி எனும் கலசம் இருந்து உடைபட்டிருக்க வேண்டுமென்று தோன்றுகிறது.

ஏறத்தாழ ஆறு அடி உயரமுள்ள இக்கோயில் மிகச் சிறியதெனினும் மிக நுட்பமான வேலைப்பாடுகளுடன் திகழ்கின்றது. மரபான வடிவமற்ற இக்கோயில் கணேச ரத விமானத்தின் வடக்கு, தெற்குப் புறங்களில் காணப்படும் உருளை வடிவக் கோயில்களை ஒத்திருப்பதை மைக்கேல் லாக்வுட் சுட்டிக்காட்டியுள்ளார் (மேலது, ப.225).

இக்கோயிலின் வடபுறம் தரையில் சிறிய கிணறொன்று காணப்படுகிறது. இதனுள் வட்டவடிவமான கற்கள் பதிக்கப்பெற்றுள்ளன. மேலே உள்ள வட்டக்கல்லின் கிழக்குப்புறம் உட்குழிவாகச் செதுக்கப்பட்டு, அமர்ந்திருக்கும் பெண் உருவமொன்று புடைப்புச் சிற்பமாகக் காட்சி யளிக்கிறது.

பொதுவாக பல்லவச் சிற்பங்களில் உமை அமர்ந்துள்ள கோலத்தில், கால்கள் இரண்டையும் இடப்புறமாக வைத்து, வலக்கையினை இருக்கையில் ஊன்றி, இடக்கையினை மடித்து மேலுயர்த்திய வண்ணம் இப்பெண்ணுருவம் காணப்படுகிறது. இதன் இருபுறங்களிலும் பணிப்பெண்கள் முறையே வல, இடக் கைகளை உயர்த்தியவர்களாய்ச் சாமரைகளைத் தோளில் சாய்த்துக் காட்சி தருகின்றனர். இப்பெண்டிர் மேற்கு முகமாய்க் காட்சியளிப்பதும் சற்றுப்பெரிய அளவில் இதே போன்றதொரு கிணறு காஞ்சி கைலாசநாதர் கோயிலின் நுழைவாயிலுக்கு முன் காணப்படுவதும் குறிப்பிடத்தக்கது. இதிலுள்ள உருவம் அரச குலத்தினராகவோ அல்லது பெண் தெய்வமாகவோ இருக்கலாம் என லாக்வுட் குறிப்பிட்டுள்ளார் *(மேலது, ப.116).*

இது உமாதேவியாகவும் பணிப்பெண்கள் கங்கை — யமுனையாகவும் இருந்திடவும் வாய்ப்புள்ளது எனலாம். ஏனெனில் மகாகவி காளிதாசர் தனது குமார ஸம்பவத்தில்,

> கங்கையும் யமுனையும் தங்களது நதிவடிவத்தை விட்டு தேவஸ்த்ரீ வடிவமுடையவர்களாக வெண்சாமரத்தை வீசி சிவபிரானுக்குத் தொண்டு செய்தனர். நதி வடிவத்தில் இருக்கும் பொழுது அவ்விரண்டு நதிகளும் வெண்ணிற ஹம்ஸமுடையவைகளாக இருக்கும். நதி வடிவமின்றி ஸ்த்ரீ வடிவத்தில் இருக்கும்போதுகூட அசைகின்ற சாமரங்களால் தம்மிடம் ஸஞ்சரிக்கும் ஹம்ஸமுடை யவர்கள் போல் அவர்கள் காணப்பட்டனர். (அசைகின்ற சாமரங்கள் மேலும் கீழும் பறந்து சஞ்சரிக்கும் ஹம்ஸங்களுக்கு ஒப்பாக இருந்தன)

என்று குறிப்பிட்டுள்ளார். (VII: 42) ஆகவே சிவனுக்குச் சாமரம் வீசும் பணிப்பெண்களாகக் குறிப்பிடப்படும் கங்கையும் யமுனையும் இங்கு பார்வதிதேவிக்குப் பணிபெண்களாகக் காட்டப்பட்டுள்ளனர் எனக் கொள்வதில் பிழையில்லை.

இவ்வாறு கொள்ளும்போது இராசசிம்மனது விழைவுக்கேற்ப இச்சிறு வளாகத்திலும் கோயிலில் சிவனும் நீர்நிலையில் பார்வதியும் வராகமாகத் திருமாலும் வடிக்கப்பெற்றுள்ளது கருதத்தக்கதாகும்.

தற்போதுள்ள கடற்கரைக் கோயில் வளாகத்தின் மையத்தில் மூன்று கோயில்களும் தென்புறம் கொற்றவைக்கான சிம்ம வடிவக்கோயிலும் வடபுறம் சிவனுக்கான உருளை வடிவக்கோயிலும் அமைந்துள்ளன. சிதைவுறாத நிலையில் மேலும் சில கோயில்கள் இவ்வளாகத்துள் இருந்திருக்கலாம் என்று தோன்றுகிறது. ஆகவே பல்வேறு கோயில்கள் இணைந்ததொரு வளாகம் 'கடற்கரைக் கோயில்' என்பதில் ஐயமில்லை.

கிருஷ்ண மண்டபம்

கிருஷ்ண மண்டபம்

பஞ்சபாண்டவ மண்டபத்தின் தென்புறம் கிருஷ்ண மண்டபம் அமைந்துள்ளது. பிற்காலத்தில் கட்டப்பட்ட மண்டபத்தின் மலைக் குன்றில் உட்புறம், *(பின்னிணைப்பு–2)* இந்திரனது சினத்தால் பொழிவிக்கப் பட்ட மழையிலிருந்து கண்ணன் கோவர்த்தன மலையை உயர்த்தி ஆயர் களையும் ஆநிரைகளையும் பிற விலங்குகளையும் காத்த நிகழ்ச்சி புடைப்புச் சிற்பமாகச் சித்திரிக்கப்பட்டுள்ளது.

கிருஷ்ண மண்டபத்துச் சிற்பங்களை மூவகையாகப் பாகுபடுத்திக் கொள்ள முடியும்.

— இதன் மையத்தில் ஏறக்குறைய இயற்கை உருவினும் (Life Size) சற்றுப் பெரிதாகக் காட்டப்பட்டுள்ள சிற்பங்கள்.

— அவற்றின் மேற்பகுதியில் காட்டப்பட்டுள்ள ஆநிரைகள்.

— காட்சியின் இருபுறங்களிலும் பக்கப்பகுதிகளில் காட்டப் பட்டுள்ள பிற விலங்குகள்.

நிற்போர் வரிசை

கோவர்த்தன மலையின் கீழ் கண்ணன் மற்றும் பலராமனின் வலப்புறத்தும் இடப்புறத்தும் ஆயர், ஆய்ச்சியர், குழந்தைகள், அரச குலப் பெண்டியர், பசு, எருது, கன்று மற்றும் விந்தை விலங்குகள் எனப் பலரும் நிற்கும் காட்சி சித்திரிக்கப்பட்டுள்ளது.

கோலூன்றி நிற்கும் ஆயன் குடும்பம்

வலப்புறமிருந்து பார்க்கும்போது முதலில் ஓர் ஆயன் தன் குழந்தையைத் தோளில் சுமந்தவண்ணம் கோலினைத் தரையில் ஊன்றி நிற்கிறான்.

அவனது தலையில் துணி சுற்றிக் கட்டப்பட்டிருப்பதாகத் தோன்றுகிறது. காது சற்று நீண்டு காணப்படுகிறது. மூக்குப் பின்னப் பட்டுள்ளது. முகத்தில் மீசையும் தாடியும் காணப்படுகின்றன. அவன்தன் இடதுக்கையில் ஒரு கோலினைப் பற்றித் தரையில் ஊன்றியுள்ளான். அதன் மேல் நுனியில் வலக்கையினை வைத்துத் தன் முகவாய்க் கட்டையை அதன்மீது இருத்தி ஓய்வாக நிற்கிறான். இடையில் ஆடையுள்ளது.

அது தொடைப்பகுதியுடன் முடிவுற்றுள்ளது. ஆடையின் ஒரு பகுதி அலையலையாகக் காட்டப்பட்டுள்ளது. இடது கால் மட்டும் காட்டப் பட்டுள்ளது. ஊன்றியுள்ள கோலும் முன்னிற்கும் சிறுவனின் பின்புறம் மறைந்துள்ளது.

ஆயனது இடதுதோளில் குழந்தை அமர்ந்துள்ளது. இடையனது தலைமீது தனது இடது கையினை வைத்து, அவன் போலவே முகவாய்க் கட்டையினைக் கை மீது ஊன்றியுள்ளது.

வான் இருபு சொரிந்த வயங்குபெயற் கடைநாள்
பாணி கொண்ட பல்கால் மெல் உறி
ஞெலிகோல் கலப்பை அதளொடு சுருக்கி,
பறிப் புறத்து இட்ட பால்நொடை இடையன்
நுண்பல் துவலை ஒருபுறம் நனைப்ப
தண்டு கால் வைத்த ஒடுங்கு நிலைமடி விளி
சிறுதலைத் தொழுதி ஏமார்த்து அல்கும்
புறவினதுவே... (நற். 142:1–8)

மழை காலிறங்கிப் பெய்கின்ற மழைக்காலத்து இறுதிநாளில் பால்விலை கூறும் இடையன் கையில் பலவாகிய காலிட்டுப் பின்னிய உறியுடன், தீக்கடைக்கோல் முதலிய கருவி பலவற்றை இட்ட தோற்பையினையும் ஒரு சேரச் சுருக்கிக் கட்டினான்; அவற்றைப் பனையோலைப் பாயொடு சேர்த்துக் கட்டி முதுகில் சுமந்து சென்றான். அங்ஙனம் செல்கையில் நுண்ணிய பல நீர்த்திவலைகள் அவனுடைய உடம்பின் ஒரு பகுதியை நனைத்தன. கையிலிருந்த கோலையூன்றி அதனிடம் ஒருகாலை ஊன்றியவனாய் ஒடுங்கி நின்ற அவ்விடையன் நாவை மடித்தபடி 'வீளை' யொலியை எழுப்பினான். அவ்வொலிகேட்ட ஆட்டுக்கூட்டம் வேற்றிடங்களில் திரியாது மயங்கி அவ்வண்ணமே தங்கி நிற்கும் காட்டுப்பகுதி' எனவரும் இடைக்காடனார் பாடல் காட்டும் பல்வேறு தகவல்கள் இவ்விடத்தில் பொருத்தி எண்ணத்தக்கன.

நுண்பல் துவலை ஒருதிறம் நனைப்ப
தண்டுகால் ஊன்றிய தனிநிலை இடையன் (அகம். 274:7,8)

எனக் கோலினைக் காலுடன் சேர்த்து நிற்கும் இடையனை இடைக் காடனார் குறிப்பிடுகிறார்.

இடையர்கள் நீண்ட கோலினை வைத்திருப்பது இன்றும் காணக் கூடியதே ஆகும். அது கால்நடைகள் நடந்து வரும்போது இருபுறங்களிலும் பரந்து சென்றுவிடாமல் ஒன்றித்து வரச் செய்யவும், அவற்றை மிரட்டி அலைக்கவும் பயன்படுகிறது. பகற்பொழுது முழுதும் மேய்ந்து கொண்டிருக்கும் கால்நடைகளை நின்றவண்ணம் கண்காணிக்க நேரும் இடையன் தரையில் ஊன்றிச் சாய்ந்து நிற்கவும் கால்மாற்றி நிற்கவும் அக்கோல் பயன்படுகிறது. இடையர்கள் அனைவரிடமும் காணும் இக்கோல், இங்கு அதனைப் ஊன்றிச் சாய்ந்து நிற்கும் பாவனையில் மிக இயல்பாகக்

காட்டப்பட்டுள்ளது. பல்லவர்க்குப் பின்வந்த விஜயநகர – நாயக்கர் காலச் சிற்பங்களில் தலையில் மழைக்காகக் கவிழ்ந்த பாயுடன் இடையன் கோலூன்றி நிற்கும் காட்சி தவறாமல் இடம் பெற்றுள்ளது. கிருஷ்ண மண்டபச் சிற்பத்தொகுதியின் முன் பிற்காலத்தில் எழுப்பப்பட்ட முன் மண்டபத் தூணிலும் (தூண்-15) கூடக் கோலூன்றி நிற்கும் இடையனின் உருவம் காட்டப்பட்டுள்ளது குறிப்பிடத்தக்கது.

இடையனுக்கு முன்பாக இடைச்சி ஒருத்தி நிற்கிறாள். அவளது தலைமீது பெரிதும் சிறிதுமான மூன்று பானைகள் ஒன்றின் மீது

கோலூன்றி நிற்கும் ஆயன் குடும்பம்

ஒன்றாக அடுக்கிய நிலையில் காணப்படுகின்றன. மேலுள்ள சிறிய பானையின் வாய்ப்பகுதி ஏதோ ஒரு பொருளால் மூடப்பட்டுள்ளது. அப்பானை சற்றுச் சாய்ந்து மிக இயல்பாகச் சித்திரிக்கப்பட்டுள்ளது. தனது வலக்கரத்தால் இடைச்சி அவற்றைச் சாயாமல் பிடித்துள்ளாள்.

இடைச்சி எவ்வித ஒப்பனையுமின்றி மிக இயல்பாகத் தலை முடியினைப் பின்புறமாகக் கொண்டையிட்டுள்ளாள். நீண்டு தொங்கும் காதில் வட்டமான அணிகலன் ஒன்று காணப்படுகிறது. கழுத்தில் ஒற்றை வடமாக மணிமாலை காணப்படுகிறது. மார்பில் கச்சை காட்டப்படவில்லை. இடையாடை முழங்கால் வரையில் காட்டப் பட்டுள்ளது.

இடதுகரத்தில் சிறுவன் ஒருவனின் வலக்கரத்தைப் பற்றியுள்ளாள். கைகளில் பட்டையான வளைகள் காணப்படுகின்றன.

அவள் பற்றியுள்ள சிறுவனின் தலை துணியால் கட்டப்பட்டுள்ளது. அதன் அடிப்பகுதி, நெற்றிக்கு மேல் உருண்டு காணப்படுகிறது. ஆதலால் அது குல்லாய் போன்ற ஒன்றாகலாம். அவன் இரண்டு காதுகளிலும் குதம்பைகளும் கழுத்தில் மணிகளால் செய்யப்பட்ட அணிகலனும் காணப்படுகின்றன, இடையில் மிகச் சிறிய ஆடையொன்றினை அணிந்துள்ளான்.

இடையன் மற்றும் இடைச்சியின் உடல்கள் மெலிந்து பருமனின்றிக் காணப்படுகின்றன. இடைச்சி சிறுத்த இடையுடன் காட்டப்பட்டுள்ளாள். இருவரது முகங்களும் உருண்டையாகவும் சற்றுச் சதைப் பிடிப்புள்ள கன்னங்களுடனும் காட்டப்பட்டுள்ளன. ஆதலால் இளம்பருவத்தினராகத் தென்படுகின்றனர்.

குன்றம் ஏந்திய கண்ணன் குடும்பம்

இடையனது குடும்பத்தினரை அடுத்து இரண்டு பெண்களும் ஒரு சிறுமியும் நிற்கின்றனர்.

தனக்குப்பின் நிற்பவளை விட முன்னுள்ளவள் சற்று உயரமாகக் காணப்படுகிறாள். தலைமுடி மிக அலங்காரமாக முடியப்பெற்றுள்ளது. அது அடுக்கடுக்காக முடியப் பெற்று உயரமாகக் காணப்படுகிறது. இது கேசபந்த அமைப்புப் போல உள்ளது. அதன் முன்புறம் மலர்ப்போது கலன் போன்ற அமைப்பில் அணிகள் விளங்குகின்றன. நெற்றியின் மேலாகவும் அணிகள் உள்ளன.

இரண்டு செவிகளிலும் குதம்பைகள் விளங்குகின்றன. கழுத்தில் மணியுடன் கூடிய கண்டிகையும் இரண்டு மணிமாலைகளும் அவற்றின் இருபுறமும் வாகுமாலை போன்ற நான்கு தொங்கல்களும் காணப் படுகின்றன. மார்பில் கச்சை காணப்படுகிறது. முழங்கைக்கு மேலாகக் கடகம் தெளிவற்றுக் காணப்படுகிறது. கையில் வளை உள்ளது. உடலோடு ஒட்டியதாக இடையாடை காணப்படுகிறது. கால்களை ஸ்வஸ்திக அமைப்பில் வைத்துள்ளாள் கணுக்காலில் தண்டை காணப்படுகிறது.

அடுத்து நிற்கும் பெண்ணின் தலைமுடியும் மிகச் சிறப்பாக அலங்கரிக்கப்பட்டுள்ளது. நேராகக் காட்டப்பட்டுள்ள குந்தளம் போலக் காணப்படுகிறது. இடது பக்கத்தில் வட்டமான பெரிய அணிகலன் காட்டப்பட்டுள்ளது. நெற்றியின் மேற்புறம் நீள்மணிகளாலான அணிகலன் உள்ளது. வலது காதில் குதம்பையும் நீண்டு தொங்கும் இடதுகாதில் குண்டலமும் மிளிர்கின்றன. கழுத்தில் கண்டிகையும் மணிகளால் செய்யப்பட்ட இரு பெருமாலைகளும் காணப்படுகின்றன. மார்பில் கச்சை காட்டப்பெறவில்லை. அவள் தன் வலக்கையால் முன் நிற்பவளின் இடக்கையினைப் பிடித்துள்ளாள். இவளது இடக்கை

கண்ணனும் நப்பின்னையும் கோபியும்

மாமல்லபுரம்: கிருஷ்ண மண்டபம்

மடித்துத் தோளருகில் வைக்கப்பட்டுள்ளது. வலது கைகளில் பட்டையான வளைகள் காணப்படுகின்றன. உடலுடன் மிக ஒட்டியதாய் ஆடை காட்டப்பட்டுள்ளது. கணுக்கால்களில் கொலுசு போன்ற அணிகலன்கள் காணப்படுகின்றன.

முன்னிற்பவளின் இடது கரத்தைப் பற்றிய பாவனையில் ஒரு சிறுமி (அல்லது சிறுவன்) காட்டப்பட்டுள்ளாள். தலையின் மீது முடி கொண்டையாக இடப்பட்டுள்ளது. இரண்டு செவிகளிலும் குதம்பைகள் காணப்படுகின்றன.

கழுத்தை அலங்கரிக்கும் அணி மார்பருகில் வந்து பின் கீழ் கொப்பூழிற்குச் சற்று மேற்பகுதி வரை தொங்குகிறது. இடையில் சிற்றாடையும் இடையைச் சுற்றி அலங்காரமாகக் கட்டப்பட்ட மேகலை போன்ற அமைப்பும் காணப்படுகின்றன. இதை மேகலை எனக் கொண்டு சிறுமியாகக் கருதுவது பொருத்தமானதாகத் தெரிகிறது.

கண்ணனின் இடதுபுறம் நிற்கும் பெண் அவனது ‘அன்பிற்குரிய கோபிகையாகிய நப்பின்னை என்பதும், குழுவில் மிக நெருக்கமாக அவனருகில் அமர்ந்திருப்பதாலும், அக்கூட்டத்தில் பிற பெண்களிட மிருந்து வேறுபட்டுத் தனித்துத் தெரியுமாறு ஆடையணிமணிகள், நிற்கும்நிலை, பாங்கியர் புடைசூழ இருப்பது போன்றவற்றால் தமிழ்நாட்டில் தனிமுத்திரை பதிக்கப்பட்டுள்ளது’ என்று கே.ஆர். சீனிவாசன் குறிப்பிட்டுள்ளமை ஈண்டுக் கருதத்தக்கது. *(தென்னிந்தியக் கோயில்கள், ப. 53)*

ஆயினும் அவளருகில் நிற்கும் மற்றொரு பெண்ணின் உருவ அமைதி கொண்டு, அரசகுலக் கோபி எனக் கருதலாம்.

அரசக் குலப் பெண்டிரையடுத்து கண்ணன் நிற்கிறான். இடக் கையால் கோவர்த்தன மலையைத் தூக்கியவண்ணம் காட்சியளிக்கிறான். தலையின்மீது முடி உயரமாக அமைக்கப்பட்டு ஜடாபந்தமாகக் காட்சியளிக்கிறது. அதில் அணிகலன்கள் காட்சியளிக்கின்றன. கண்ணனுக்குரியதாகச் சொல்லப்படும் மயிலிறகு காட்டப்படவில்லை. வலச் செவியருகில் தொங்கலாகக் காட்சியளிப்பது முடிக்கற்றை அல்லது மலர்க்கொத்தாக இருக்கலாம். வலக்காதில் பத்ரகுண்டலமாகிய குதம்பையும் நீண்டு தொங்கும் இடக்காதில் மகரகுண்டலம் போன்றதொரு அணிகலனும் காணப்படுகின்றன. கழுத்தில் பட்டையான சரப்பளியும் ஏகாவளியாக அமைந்த மணியாரமும் காணப்படுகின்றன. வலக்கரத்தில் தோள்வளையும் இடையில் பெரியதாகவும் மேலும் கீழும் சிறிதாகவும் காணப்படும் நான்கு வளைகளும் விளங்குகின்றன. உயர்த்தியுள்ள இடக்கரத்தில் தோள்வளையும் வளைகளும் காணப் படுகின்றன. இரண்டு கரங்களில் உள்ள கைவளைகளிலும் மணிகள் பதிக்கப்பெற்றுள்ளன. இடது தோளிலிருந்து ஆடையை முருக்கியது போன்று தடித்த பூணூல் காணப்படுகிறது. இது மேலே சிறிதாகவும் கீழ் வரவரப் பருத்தும் அமைந்து இடையருகே வளைந்து பின்புறம் திரும்புகிறது. இதில் முத்துச்சரங்களும் இணைத்துள்ளதாகத் தெரிகிறது. அருகில் இதனினும் சிறிதாக மற்றொரு பூணூல் காட்டப்பட்டுள்ளது.

அது மார்பு நூல் (உரஸ் சூத்திரம்) போல் இடுப்பு வரை அமையாமல் பூணூல் போலவே அமைந்துள்ளது. இடுப்பின் அருகில் சங்கிலித் தொடர்போலக் காணப்படுகிறது. வயிற்றின் மேல் உதரபந்தம் காணப் படுகிறது. இடையில் உள்ள பட்டாடை உடலை ஒட்டி உள்ளதை உணரமுடிகிறது. கொசுவம் போன்ற ஆடையின் பகுதி வலக்கரத்திற்கும் இடுப்பிற்கும் பின்புறம் காட்டப்பட்டுள்ளது.

வலக்கரம் வரத முத்திரை காட்டுகிறது.

பலராமனும் இடையனும் கோபியும்

கண்ணனுக்கு வலப்பக்கத்தில் ஓர் இளம்பெண் நிற்கிறாள். இவள் அரசகுலக் கோபியாவாள். குந்தளமாகத் தலையின் உச்சியில் முடியப் பெற்றுள்ள கொண்டை சற்று வலப்பக்கம் சாய்ந்துள்ளது. கொண்டையை இறுகக் கட்டிய தலையணி முன்புறம் பிறைபோல் காணப்படுகிறது. நெற்றிக்கு மேலாக வட்டவடிவில் காட்டப்பட்டுள்ள அணியும் அதனைச் சேர்ந்துள்ளதாகலாம். இரு செவிகளின் மேற்புறமாக அணிகள் விளங்குகின்றன. இவ்வமைப்பு, தலையின் மேற்புறம் பட்டைகளாகக் காணப்படும் அணியின் பக்கவாட்டில் அமைவதாகலாம். இவ்வணியின் முடிவுப்பகுதியே கொண்டையின் இடையில் தெரியும் பிறைவடிவ முனையாகலாம்.

வலச்செவி நீண்டு காணப்படுகிறது. அதில் பல்வகை மணிகள் பதிக்கப்பெற்ற அணிகலன் உள்ளது. இடச்செவியில் பெரிய அளவிலான குதம்பை காணப்படுகிறது.

கழுத்தில் நடுவே பதக்கத்துடன் கூடிய கண்டிகை உள்ளது. அதனை அடுத்து ஏகாவளியாக அமைந்த மணிமாலை நெஞ்சுக்குழிவரை தொங்குகிறது.

மார்பு, கச்சின்றி உள்ளது. வலக்கரம் மடித்து உயர்த்தப்பட்டுள்ளது. இடக்கரம் தொடைமீது வைக்கப்பட்டுள்ளது. இரண்டு கரங்களிலும் வேறு அணிகள் ஏதுமிருப்பதாகத் தெரியவில்லை. இடையாடை உடலோடு ஒட்டியதாகக் காணப்படுகிறது. அவ்வாடையின் பகுதிகள் இடுப்பின் பின்புறம் ஏறக்குறைய கணுக்கால் வரை நீண்டு தொங்குகின்றன. கால்களில் கொலுசு போன்ற அணிகலன்கள் காணப்படுகின்றன.

அவளை அடுத்து இடையனொருவனும் பலராமனும் நிற்கின்றனர்.

பலராமன் தலைமீது கிரீட மகுடம் காணப்படுகிறது. தலைமுடி பின்புறமாக ஒதுக்கப்பட்டிருப்பது வலப்புறம் காட்டப்பட்டுள்ளது. முகம் உருண்டு பருமனாகக் காணப்படுகிறது. வலச்செவியில் சிறுமணிச் சரங்கள் கொண்ட வளையமாக அமைந்த காதணியும் இடச்செவியில் குதம்பையும் உள்ளன.

கழுத்தில் வேலைப்பாடு ஏதுமற்ற பட்டையான சரப்பளி போன்ற அணிகலன் ஒன்றுமட்டும் உள்ளது. இடத்தோளிலிருந்து திரண்ட பூணூல் மார்பின் குறுக்காய்த் தொங்குகிறது.

பலராமனும் இடையனும் கோபியும்

வலக்கையில் மூன்று அடுக்குகளாய் அமைந்த தோள்வளையும் மணிக்கட்டில் மூன்று கைவளைகளும் காணப்படுகின்றன.

இடையாடை பஞ்சாடைக்குரிய அமைதியோடு கணுக்கால்வரை நீண்டு தொங்குகின்றது. கால்களில் ஆடை உடலோடு ஒட்டியுள்ளதாக உணரமுடிகிறது. ஆடையின் கொசுவம் போன்ற பகுதி விசிறி மடிப்பாக இடுப்பின் மேல் வலப்புறமாகக் காட்டப்பட்டுள்ளது. இடையன் தோளினைத் தொட்டுள்ள இடக்கையில் வளை தென்படுகிறது.

பலராமனால் ஆதரவாக அணைக்கப்பெற்று நிற்கும் இடையனது தலையில் துணி முண்டாசு போல் சுற்றப்பட்டிருப்பதாகத் தெரிகிறது. வலக்காதில் குதம்பை காணப்படுகிறது. இடக்காதில் உள்ளது சிறு வளையமாக இருக்கலாம். மூக்குச் சிதைந்துள்ளது. கத்தரிக்கப்பட்ட அடர்ந்த மீசையும் தாடியும் காணப்படுகின்றன. கழுத்தணி ஏதுமில்லை. மிகுந்த பணிவுடன் கைகளை மார்பின் குறுக்காகக் கட்டியுள்ளான்.

தரையில் ஊன்றிய கோடரியின் மேல் நுனியை வலக்கையில் பற்றியுள்ளான். இடையில் உள்ள வேட்டி தொடைவரை காணப்படுகிறது. ஆடையின் மடிப்புகளும் மடிப்புகளுடன் தொங்கும் நுனியும் காட்டப் பட்டுள்ளன.

கறவையின் குடும்பமும் இடையனின் குடும்பமும்

பலராமனை அடுத்து ஓர் இடையன் பசுவிடம் பால்கறக்கும் காட்சி காட்டப்பட்டுள்ளது. பசுவினை அடுத்துத் திமிலுடன் ஓர் எருது நிற்கிறது. நீண்ட கொம்பினை உடைய பசு தன் அருகில் நிற்கும் கன்றினை நாவால் நக்குகிறது. அதன் சுழலும் நா காட்டப்பட்டுள்ளது. பசுவின் வால் நீண்டு திரட்சியாகத் தொங்குகிறது.

பசுவின் பின்னால் எருது நிற்கிறது. ஆதலால் பசுவும் எருதும் கன்றும் ஒரு குடும்பமாகும்.

இடையன் தலையில் மூன்றுபுரிகளாய் அமைந்த உருமாலை காணப்படுகிறது. பக்கவாட்டில் திரும்பியுள்ள அவனது இடது செவி நீண்டு காணப்படுகிறது. தலையின் பின்புறம் முடியும் காட்டப்பட்டுள்ளது.

பால் கறக்கும் இடையன் குடும்பம்

முகத்தில் சிறிய மீசை உள்ளது. வயிற்றிலும் இடுப்பின் மீதும் உருண்ட, பட்டைகளாக ஆடை காட்டப்பட்டுள்ளது. குந்திய நிலையில் அமர்ந்து இரு கால்களாலும் பால் பாத்திரத்தைப் பிடித்து பசுவின் காம்புகளை இரு கைகளாலும் பற்றிப் பால் கறக்கிறான்.

கார்ஆரப் பெய்த கடிகொள் வியன்புலத்துப்
பேராத சென்று பெரும் பதவப்புல் மாந்தி,
நீர்ஆர் நிழல குடம் சுட்டு இனம்... (கலி. 109:1—3)

'மழை மிகுத்துப் பொழிய, மண்மணம் கமழ, அகன்ற நிலத்தே சென்று, நீங்காது, பெரிய அருகம்புல்லை நிறையத் தின்று நீர் நிறைந்த, குளிர்ந்த நிழலிடத்தே குடம்பால் சுரக்கும் ஆவினங்களை' முல்லைக்கலி சித்திரிக்கிறது.

பாயுடனும் உரியுடனும் அருகில் நிற்கும் இடைச்சி இவ்விடையன் மனைவியாவாள்.

பாயும் உறியும் ஏந்திய இடைச்சி

பாலைப் பொழிந்து கொண்டுள்ள பசுவினை அடுத்து இளம் ஆயமகள் ஒருத்தி நின்று கொண்டிருக்கிறாள். அவள் பாய் ஒன்றினைச் சுருட்டித் தன் தலைமீது சுமந்த வண்ணம் நிற்கிறாள். அவளது இடக்கரம் அதனைப் பற்றியுள்ளது.

தலைமுடியினைப் பின்புறமாகக் கொண்டையிட்டுள்ளாள். நீண்டு தொங்கும் இடச் செவியில் பட்டையான பெரிய அணிகலனும் இடக் காதில் குதம்பையும் காணப்படுகின்றன. கழுத்தில் ஒற்றை வடமான மணிமாலை உள்ளது. மார்பில் கச்சை காணப்படவில்லை. வலக்கரத்தில் மணிக்கட்டில் பட்டையான இரண்டு வளைகள் காணப்படுகின்றன. இடையில் உள்ள ஆடை உடலோடு ஒட்டியுள்ளதாக அறிய முடிகிறது. இடையில் பட்டையான அலங்காரத் துணியொன்று வளைந்து செல்கிறது.

வலக்கரத்தில் உறி ஒன்றினைச் சுமந்து கொண்டுள்ளாள். அடிப் பகுதியில் பிரிமணை போன்ற அமைப்பின் மீது கயிறுகளால் பெரும் வலைப் பின்னலாக உறி கட்டப்பட்டுள்ளது. ஒன்றின் மீது ஒன்றாக மூன்று பானைகள் உள்ளன. மேலுள்ள சிறு பானையின் மீது மூடி அமைந்துள்ளது. இப்பானைகள் மோர், தயிர், பால் முதலியன வைக்கப்பயன்படுவன.

இளைய ஆயமகள் மோர் விற்க வரும் காட்சி முல்லைப் பாடல்கள் பலவற்றில் இடம்பெற்றுள்ளது.

பேர் ஊரும் சிற்றூரும் கௌவை எடுப்பவள்போல்
மோரோடு வந்தாள் — தகை கண்டை; யாரோடும்
சொல்லியாள் அன்றே வனப்பு... (கலி.109: 6–8)

என்ற பாடலில் 'செம்மாந்த நடையை உடையவள்; தலையில் மோர்ப் பானையுடன் அழகாலும் இளமையாலும் மிக்கு உடையவளாய்ப்

பாயும் உறியும் ஏந்திய இடைச்சி

'பேரூரின் கண்ணும் சிற்றூரின் கண்ணும் ஆரவாரம் எழுமாறு செல்பவள் போல், மோரோடு வந்தவள் அழகை நெஞ்சே காண்பாயாக! யாரொடும் சொல்லி ஒப்பிட முடியாததாக இருக்கிறதே இவளது வனப்பு!' என்று ஆயமகள் வருணிக்கப்பட்டுள்ளாள்.

ஆயமகள் தலைமீது சுருட்டி வைத்துள்ள பாய் குறித்துச் சங்க இலக்கியங்கள் பேசுகின்றன.

பறியுடை கையர் மறியினத்து ஒழிய
பாலொடு வந்து கூழொடு பெயரும்
ஆடுடை இடைமகள்...   (குறுந். 221: 2-4)

'செம்மறி ஆட்டின் மந்தைகளைக் காப்பதற்காக ஓலைப்பாயைக் கையில் கொண்ட இடையர் காட்டிலேயே தங்குவர்' என்று சுட்டப்படுகிறது.

மாமல்லபுரம்: கிருஷ்ண மண்டபம்

நற்றிணையில் இடம்பெற்றுள்ள இடைக்காடனார் பாடல் ஆயர்களின் பயன்படு பொருட்கள் குறித்த பல தகவல்களைத் தருகிறது.

> பாணி கொண்ட பல்கால் மெல் உறி
> ஞெலி கோல் கலப்பை அதெளொடு சுருக்கி
> பறிப்புறத்து இட்ட பால் நொடை இடையன். (நற்.142: 2–4)

'பால்விலை கூறும் இடையன் கையில் பலவாகிய காலிட்டுப் பின்னிய உறியுடன், தீக்கடைக்கோல் முதலான கருவி பலவற்றை இட்ட தோற்பையினையும் ஒரு சேரச் சுருக்கிக் கட்டினான். அவற்றைப் பனையோலைப் பாயொடு சேர்த்துக்கட்டி முதுகில் சுமந்து சென்றான்' என இப்பாடல் பானைகளை வைப்பதற்கான உறியினையும் கடைந்து தீ உண்டாக்குவதற்குத் தீக்கடைக் கோலினையும் பிற கருவிகளை இட்ட தோற்பையினையும் வைத்திருப்பவர் அத்தோற்பையினை வசதி கருதிப் பனையோலைப் பாயோடு சேர்த்துக் கட்டி எடுத்துச் செல்வர் என்ற தகவல்களைத் தருகிறது. இரவில் காடுகளில் தங்கும் ஆயர்கள் படுத்துறங்கப் பாயினை எடுத்துச் செல்லும் இவ்வழக்கத்தினையே சிற்பத்தில் காண்கிறோம். அவர்கள் தீக்கடைக் கோல் முதலிய கருவிகள் இட்ட தோற்பையினையும் இதில் வைத்திருக்கலாம் என இப்பாடல் மூலம் உணரமுடிகிறது. ஆயர்களின் வாழ்வியலில் முக்கியத்துவமுள்ள உறி, பானைகள், தீக்கடைக் கோல்கள், ஓலைப்பாய் முதலிய பொருட்களை ஆயமகள் பாதுகாத்து நிற்கிறாள் என்பது அறியத்தக்கதாகும்.

குழலூதும் ஆயன் குடும்பம்

கறவையின் மேற்புறம் சிறுகுழந்தையை ஏந்தியுள்ள இடைச்சியும் இடையனும் காட்டப்பட்டுள்ளனர்.

ஆயமகள் தன் கூந்தலைத் தலையின் மீது கொண்டையாக இட்டுள்ளாள். நீண்டு தொங்கும் வலக்காதில் குழை காணப்படுகிறது. இடக்காதில் குதம்பை உள்ளதுபோல் தென்படுகிறது. கழுத்தில் அணிகலன் இருப்பதாகத் தெரியவில்லை. மார்பில் கச்சை காட்டப்பெறவில்லை. ஆயனிடம் ஏதோ உரைக்கும் பாவனையில் உயர்த்தியுள்ள இடக்கரத்தில் சிறு வளைகள் காணப்படுகின்றன. இடையாடை உடலோடு ஒட்டியுள்ளது.

அவள் தன் வலது தொடையின்மீது குழந்தையை அமர்த்தி உள்ளாள். குழந்தை தன் இடது கையால் அவளைப் பற்றியுள்ளது. குழந்தையின் வலச்செவியிலும் கழுத்திலும் அணிகள் உள்ளன. கையில் வளையலும் இடையில் அரைஞாணும் உள்ளன. அதன் முதுகுப்புறத்தை இடைச்சியின் கை தாங்கிப்பிடித்துக் குழந்தை சாய்ந்து விடாமல் வைத்துள்ளது.

அவர்களுக்குச் சற்றுமேலாக ஆயன் மெய்மறந்து குழலூதி நிற்கிறான். அவன் தன் முடியைத் தலைமீது கொண்டையாக இட்டுள்ளான். அது அவிழாமல் துணியால் முடியப்பட்டுள்ளதுபோல் காணப்படுகிறது.

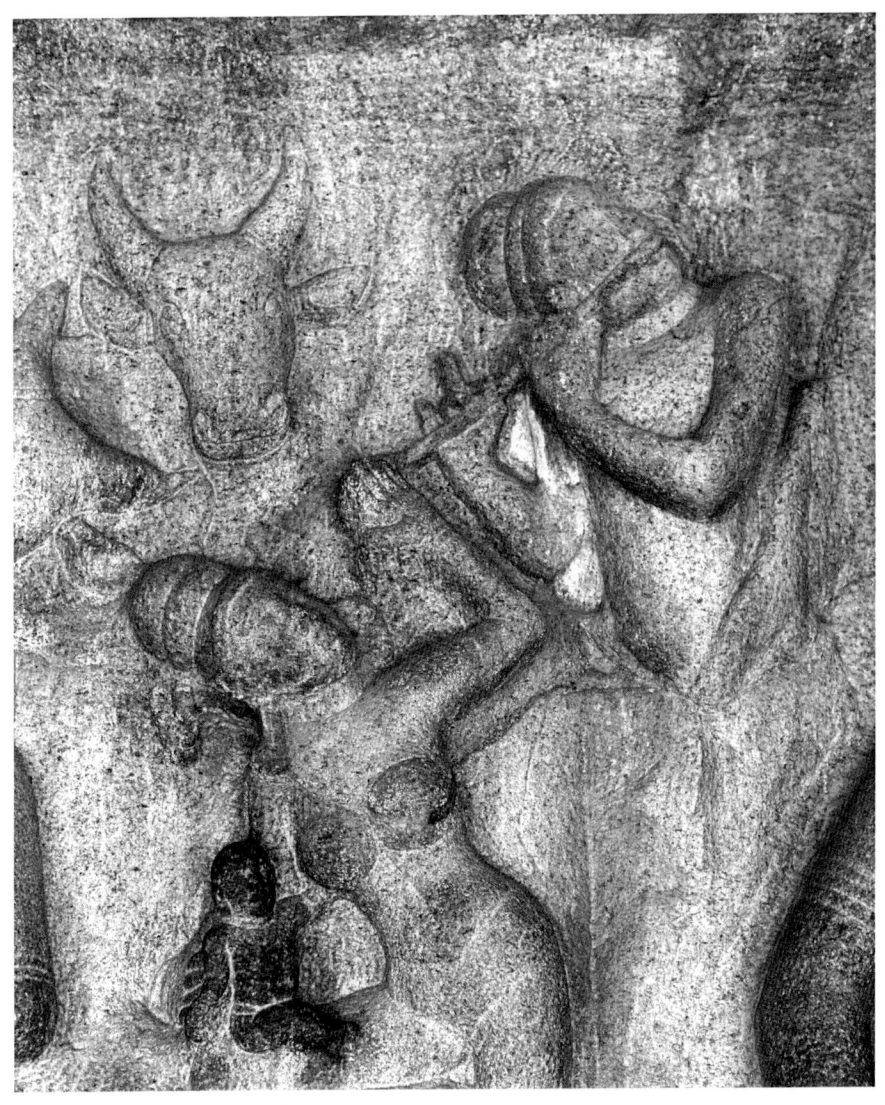

குழலூதும் ஆயன் குடும்பம்

இரண்டு கரங்களாலும் குழலினைப் பற்றி இசைக்கிறான். அவன் கழுத்திலும் கைகளிலும் அணிகலன்கள் ஏதுமில்லை. அவன் ஏதோ ஒரு மறைப்பினை அடுத்துள்ளதாகத் தெரிகிறது. வயிறு வரை மட்டும் உடல் காட்டப்பட்டுள்ளது.

சங்க இலக்கிய முல்லைத் திணைப்பாடல்கள் தலைவன் தலைவியர் நிகழ்த்தும் இனிய குடும்ப வாழ்வினையும் அதில் பொங்கும் அன்பினையும் மகிழ்வினையும் விரிவாகச் சித்திரித்துள்ளன.

மாமல்லபுரம்: கிருஷ்ண மண்டபம்

தன் இளம்குட்டி இடையே படுத்திருக்க, அதன் இருமருங்கும் படுத்திருக்கும் மானும் அதன் பிணையும் போல, தம் புதல்வன் நடுவே படுத்திருக்கத் தலைவனும் தலைவியும் இருமருங்கும் படுத்துள்ள காட்சியை ஐங்குறுநூற்றுப் பாடல் *(401)* சித்திரிக்கிறது.

> வாள் நுதல் அரிவை மகன் முலை ஊட்ட
> தான் அவள் சிறுபுறம் கவையினன்... *(ஐங்குறு. 404:1–2)*

'ஒளிமிக்க நெற்றியினை உடைய இளம் மனைவி தன் மகனுக்கு முலையூட்டவும், தலைவன் அவளது முதுகின் புறத்தே தழுவிக் கிடந்தான்' என வரும் இலக்கியக் காட்சிபோல இக்காட்சியில் இளம்மனைவி குழந்தைக்குப் பாலூட்ட, அவர்கள் மகிழ ஆயன் குழலூதும் காட்சி சித்திரிக்கப்பட்டுள்ளது.

ஆயர்கள் குழலினையும் யாழினையும் மீட்டி இசை வடிக்கும் இனிய பண்பினர்.

அவர்கள் குழலை உருவாக்கும் முறையைப் பெரும்பாணாற்றுப்படை,

> கன்றுஅமர் நிரையொடு கானத்து அல்கி
> அம்நுண் அவிர்புகை கமழ, கைம்முயன்று
> ஞெலிகோல் கொண்ட, பெருவிறல் நெகிழிச்
> செந்தீத் தோட்ட கருந்துளைக் குழலின்
> இன்தீம் பாலை முனையின் .... *(பெரும்பாண். 176–180)*

'இடையன், கன்று பெரிதும் விரும்புகின்ற பசுத் திரளுடன் காட்டில் தங்கியிருக்கும் வேளையில், நுண்புகை கமழும்படி தீக் கோலைக் கையால் கடைந்து தீ உண்டாக்கி அக்கொள்ளியால், மூங்கில் குழலில் துளையை உண்டாக்கி, அப்புல்லாங்குழலை ஊதி இனிய ஓசையை எழுப்புகிறான்' என்று குறிப்பிடுகின்றது.

இடையர்கள் மாலைக் காலத்தில் ஆநிரை ஓட்டிவரும்போது மகிழ்வோடு குழலிசைத்து வரும் காட்சியினைப் பல முல்லைப் பாடல்கள் சித்திரிக்கின்றன. அவர்கள் மூங்கில், கொன்றை, ஆம்பல் ஆகியவற்றால் செய்யப்பட்ட குழலினை இசைத்து வருவர்.

> பல்ஆ தந்த கல்லாக் கோவலர்
> கொன்றைஅம் தீம்குழல் மன்றுதோறு இயம்ப...
> *(நற். 364:9–10)*

எனவரும் கிடங்கில் காவிதிப் பெருங்கொற்றனார் பாடல் கொன்றைக் குழலினைச் சுட்டுகிறது.

> ஆபெயர் கோவலர் ஆம்பலோடு அளைஇ
> பையுள் நல்யாழ் செவ்வழி வகுப்ப.... *(அகம். 214:12–13)*

எனும் வடம வண்ணக்கன் பேரி சாத்தனாரின் பாடல் புல்லாங் குழலினையும் யாழினையும் இசைத்துவரும் காட்சியினைக் காட்டுகிறது.

ஆம்பல் என்பது குழலை மட்டுமல்லாது பண்ணையும் குறித்து நிற்கிறதென்பர்.

இங்குச் சிற்பத்தில் இசைக்கப்பெறும் குழல் யாதென அறிய இயலாவிட்டாலும் ஆயர்களின் விழைவுக்குரிய குழல் காட்டப் பெற்றிருப்பது கண்டு மகிழற்குரியது.

குழலிசைச் செய்தி

ஆயன் குழலினை இசைக்கும் விரலமைப்பு முறைகொண்டு ஓர் அரிய நுட்பத்தை உணரமுடிகிறது.

புல்லாங்குழல் ஆயர்கள் அதிகம் பயன்படுத்தும் காற்று இசைக்கருவி. இது இரண்டு வகைப்படும். ஒன்று, முகத்திலிருந்து நேராக வைத்துக் கொண்டு குழலுக்குள்ளேயே ஊதி இசை படைப்பது. மற்றொன்று உதட்டின் மேல் குழல் பக்கவாட்டில் வரும்படி வைத்து முதலில் உள்ள முகரந்திரம் எனப்படும் காற்று ஊதும் துளை வழியே ஊதி இசைப்பது. அதிலிருந்து சிறிது தூரம் தள்ளி ஒன்றன்பின் ஒன்றாக எட்டுத்துளைகள் உள்ளன. இவற்றை விரல்களால் மூடியும் திறந்தும் வெவ்வேறு சுரங்களை வாசிக்க முடியும்.

சாதாரணமாக விரல்களை வரிசைப்படி மூடியும் திறந்தும் வாசிக்கும் போது காம்போதி (முல்லைப்பண்) என்ற தாய்ராகம் பிறக்கிறது. இது தவிரத் துளைகளைப் பகுதி மூடுவதாலும் ஒன்றுவிட்டு ஒன்று மூடுவதாலும் அரைச் சுரங்கள் கிடைக்கின்றன.

இச்சிற்பத்தில் ஆயன் குழலை முகத்திற்கு வலப்புறமாகப் பிடித்துக் கொண்டு இசை எழுப்புவது போல உள்ளது. இதில் முதல் ஐந்து துளைகள் மூடப்பட்டுள்ளன. ஆறாவது துளை முழுமையாகத் திறக்கப் பட்டுள்ளது. ஏழாவது மூடப்பட்டுள்ளது. எட்டாவது திறந்துள்ளது. இந்நிலையில் பிடிக்கக்கூடிய சுரம் பஞ்சமத்தை ஒட்டியுள்ள பிரதிமத்திமம் என்று அறியலாம். இது பஞ்சமத்தை ஒட்டி அதனோடு இணையும் முறையில் இணைந்தும் இணையாமலும் அசைவதன் மூலம் அழகுபெறக் கூடியது.

பொதுவாக, பிரதிமத்திமம் அமைதியையும் ஆற்றொழுக்குப் போன்ற இயக்கத்தையும் காட்டும் சுரமாகும். இது இந்தச் சிற்பத்தில் உள்ள அமைதியான பாதுகாக்கப்பட்ட உயிர்களின் நிலையைப் பிரதிபலிப்ப தாகவும் கொள்ளலாம்.

எருதுவின் குடும்பம்

இடைக்குல மடந்தையை அடுத்து ஓர் எருதும் பசுவும் தம் கன்றோடு நிற்கின்றன. எருது முதன்மையாகக் காட்டப்பட்டுள்ளது. அதன் அடிபருத்த கொம்புகள் குட்டையாய்க் காட்சிதருகின்றன. அதன்

மாமல்லபுரம்: கிருஷ்ண மண்டபம்   103

வலிமை தெரியும் வண்ணம் இறுக்கமான தோரணையுடன் முகம் அமைந்துள்ளது. கழுத்தின் கீழ் தோற்பகுதி அலையலையாகக் காட்டப்பட்டுள்ளது. முதுகில் மதர்த்த திமில் காணப்படுகிறது. கொழுத்த அதன் உடல் அதன் வளத்தையும் வலிமையும் காட்டுகிறது. விதைகளுடன் கூடிய குறி காட்டப்பட்டுள்ளது.

அதற்கு இணையாகப் பசு நிற்கிறது. எருதினை அடுத்து நிற்கின்ற காரணத்தால் அதன் தலையும் கழுத்தும் இடது முன்கால் மட்டும் காட்டப்பட்டுள்ளது. அது தலையை ஏறக்குறைய முக்கால்பங்கு பார்ப்பவரை நோக்கித் திரும்பிய கோணத்தில் காட்டப்பட்டுள்ளது. அதன் நீண்ட கொம்புகள் மேல்நோக்கிச் சென்று நுனிப்பகுதியில் பின்னோக்கி வளைந்துள்ளன. அதன் முன் நிற்கும் கன்று, சிறுதாம்பு தொடுக்காத பசலைக் கன்றாகக் காட்சி தருகிறது. சிறு செவிகள் கழுத்தோடு ஒட்டியிருக்கச் சிறிதே தலையுயர்த்திப் பார்க்கும் பாவனையில் அது நின்று கொண்டுள்ளது.

அகநானூற்றில் ஆர்க்காடு கிழார் மகனார் வெள்ளைக் கண்ணந்தனார்,

எருதுவின் குடும்பம்

பாம்பு உறை புற்றத்து ஈரம்புறம் குத்தி
மண்ணுடைக் கோட்ட அண்ணல் ஏஎறு
உடன்நிலை வேட்கையின் மடநாகு தழீஇ
ஊர் வயின் பெயரும் பொழுதில் சேர்பு உடன்
கன்று பயிர் குரல மன்று நிறை புகுதரும்...

(அகம். 64: 10—14)

'பாம்பு வாழும் புற்றின் ஈரமான மேற்புத்தே குத்திக் கொம்பில் மண்கொண்ட தலைமை சான்ற ஆனேறு எக்காலத்தும் தன்னுடன் உடன்நிற்றலை விரும்பிய தன் இளைய பசுவினைத் தழுவிய வண்ணம் மாலைப் பொழுதில் ஊர் நோக்கி வரும்; கறவைகள் யாவும் ஒருங்கு சேர்ந்து கன்றுகளை அழைக்கும் குரலை உடையனவாய் அம்மாலைப் பொழுதில் தொழுவங்களில் சென்று சேரும்' இனிய காட்சியினைக் காட்டுகிறார்.

இங்குள்ள சிற்பத்தில் அண்ணல் எருதும் இளைய பசுவும் இணைபிரியாது தம் கன்றுடன் நிற்கும் காட்சி அதனை நினைவுறுத்துகிறது.

கோடரி ஏந்திய ஆயன் குடும்பம்

எருது மற்றும் பசுவிற்கு மேல் ஓர் இடையனும் அவனது மனைவியும் குழந்தையுடன் காணப்படுகின்றனர்.

முன்நிற்கும் ஆநிரைகளின் பின்நிற்கும் பாவனையில் இடையனது உடல் வயிறுவரை காட்டப்பட்டுள்ளது. இடையன் தலையில் முண்டாசு காணப்படுகிறது. முகத்தில் மேல்நோக்கிய மீசை காணப்படுகிறது.

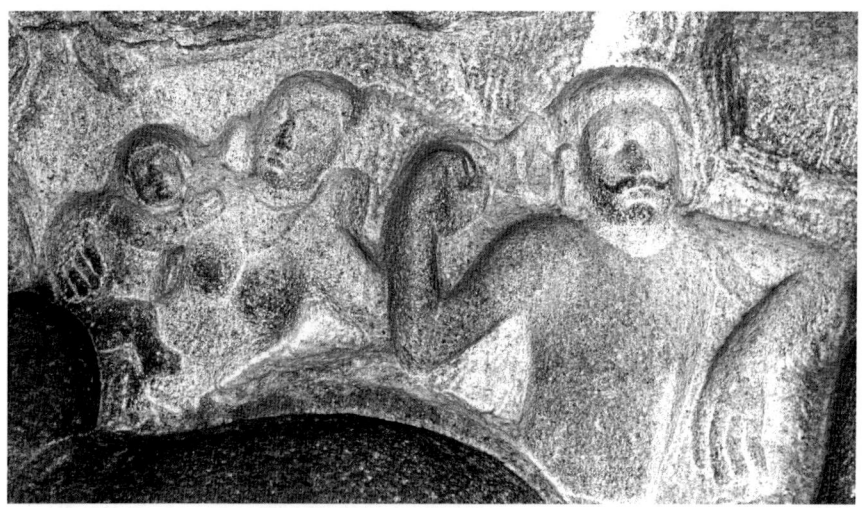

கோடரி ஏந்திய ஆயன் குடும்பம்

காதுகள் நீண்டிருப்பினும் அணிகலன் இருப்பதாகத் தெரியவில்லை. அவனது இடது தோளில் கோடரி ஒன்று சாய்வாக வைக்கப்பட்டுள்ளது. இது முன்கையால் அதன் கோடரிக் காம்பினை அழுத்தித் தோளின்மீது இருத்தியுள்ளான். தலையின் பின்புறம் கோடரி கீழ்நோக்கிக் காட்டப் பட்டுள்ளது. ஆயனது வலது கரம் மடித்து உயர்த்தப்பட்டுள்ளது. அதில் அவன் ஏதோ ஒரு பொருளைப் பற்றியிருப்பது போல் தோன்று கிறது. பின்நிற்கும் இடைச்சியின் கையினைப் பற்றிய பாவனையாக இருக்கலாம்.

இடைச்சியினது தலைமுடி குந்தளமாகத் தலையின் இடதுபுறம் கொண்டையிடப்பட்டுள்ளது. முகத்தில் மூக்குப் பின்னப்பட்டுக் காணப்படுகிறது. இரண்டு செவிகளிலும் குதம்பைகள் காணப்படுகின்றன. கழுத்தில் கடிகை போன்ற அணிகலனும் ஒற்றை வடமாக அமைந்த மணிமாலையும் காணப்படுகின்றன. மார்பில் கச்சை இல்லை. இடது கரம் முன்னிற்கும் ஆயனது கரத்தினைப் பற்றிய தன்மையில் காணப் படுகிறது. அவனது இடதுகரம் இடுப்பில் அமர்ந்துள்ள குழந்தையை அணைத்துள்ளது. மிகச் சிறு குழவியாகிய மகவு அவளது தோளினைத் தொட்டவண்ணம் அமர்ந்துள்ளது.

இடையரும் கோடரியும்

இச்சிற்பக் காட்சியில் இங்குக்காட்டப்பட்டுள்ள ஆயனும் பலராமனால் அரவணைக்கப்பட்டுள்ள ஆயனும் கோடரி வைத்துள்ளனர். ஆயர்களின் வாழ்வில் கோடரி முக்கிய இடம்பெறுவதைச் சங்க இலக்கியங்கள் காட்டுகின்றன. முல்லை நிலத்து ஆயனது தோற்றத்தை கடியலூர் உருத்திரங்கண்ணனார்,

> தொடுதோல் மருஇய வடுஆழ் நோன்அடி
> விழுத்தண்டு ஊன்றிய மழுத்தின் வன்கை,
> உறிக்கா ஊர்ந்த மறுப்படு மயிர்ச்சுவல்
> மேல்பால் உரைத்த ஓரி, ஓங்குமிசைக்
> கோட்டவும் கொடியவும் விரைஇ, காட்ட
> பல்பூ மிடைந்த படலைக் கண்ணி,
> ஒன்றுஅமர் உடுக்கை, கூழ்ஆர் இடையன்.

(பெரும்பாண். 169—175)

'செருப்பு விடாமற் கிடைந்ததனால் வடு அழுந்தின வலிய கால்கள்; உறுதியான கோலை ஊன்றிய கோடரித் தழும்பு இருந்த வலிய கைகள்; இரு புறமும் உறிகளையுடைய கோல் மேலே இருந்ததனால் உண்டாகிய தழும்பு மிக்க மயிரெழுந்த தோள்கள்; மேன்மையுடைய ஆன்பாலைத் தடவின மயிர்; கழுத்தால் உயர்ந்த கொம்புகளிலும் கொடிகளிலும் மலர்ந்த பலவகையான காட்டு மலர்களையும் கலந்து தொடுத்த மாலை; ஒற்றை ஆடை; பாற் சோறு – இத்தகைய இயல்பினன்' என்று

சித்திரித்துள்ளார். இத்தகைய கோடரி அவர்களுக்கு எத்தகைய பயன் பாடுடையது என்பதையும் சங்கப் பாடல்கள் உரைக்கின்றன.

இருவிசும்பு அதிர முழங்கி அரநலிந்து
இகுபெயல் அழிதுளி தலைஇ, வானம்
பருவம் செய்த பானாட் கங்குல்,
ஆடுதலைத் துருவின் தோடு ஏமாப்ப
கடைக்கோல் சிறுதீ அடைய மாட்டி
திண்கால் துவலை ஒருதிறம் நனைப்ப
தண்டுகால் ஊன்றிய தனிநிலை இடையன்... *(அகம். 274:1—8)*

'மழையானது பெருவானம் அதிரும்படியும் பாம்புகள் வருந்துமாறும் முழங்கும் இடியுடன் மயங்கி இனிதுவீழ்ந்து கார்காலத்தினைச் செய்தது. அப்பருவத்து நள்ளிரவில், திண்ணிய தாம்புக் கயிற்றைக் கொண்ட உறியினையும் பானையையும் தோற்படுக்கையையும் கொண்டு நுண்ணிய பலவாய் மழைத்துளிகள் தனது காலின் ஒரு பக்கத்தே நனைக்க, கோலினைக் காலுடன் சேர்த்தி நிற்கும் இடையன் அசைந்தாடும் தலையினையுடைய செம்மறியாட்டின் கூட்டம் பாதுகாவலினைப் பெறுமாறு தீக்கடையும் கோலாலே கடைந்தெடுத்த சிறுதீயை விறகிற் சேர்த்து மிக்கு எறியுமாறு செய்தான்.

பின்னர் வாயை மடித்துச் சீழ்க்கை ஒலியை எழுப்பினான் விரைந்து சென்று ஒலித்த அவ்வொலிக்குத் துள்ளிக் குதித்தாடும் ஆட்டுக்குட்டி யினைக் கவர்ந்து போக நேரம் பார்த்திருக்கும் குள்ளநரி அஞ்சி முட்களையுடைய புதரின்கண் புகுந்து ஒடுங்கும்' என அமைந்துள்ள இடைக்காடனாரின் இனிய வருணனை ஆயர்கள் இரவில் காடுகளில் நள்ளிரவுகளிலும் தங்கித் தங்கள் கால்நடைகளைக் காத்தலையும் அவற்றைக் காப்பாற்ற எப்பொழுதும் விறகில் தீயிட்டு எரித்துக் கொண்டிருக்க வேண்டிய தேவையினையும் இதனால் நரி முதலிய விலங்குகளிடமிருந்து ஆடுகளைக் காத்தலையும் புலப்படுத்துகின்றது. ஆதலால் இரவில் எரிக்கத் தேவைப்படும் விறகுகளை மரங்களை வெட்டித் தயாரித்துக் கொள்ளும் பொருட்டு அப்பொழுதும் கோடரியை அவர்கள் கைக்கொண்டிருந்தனர் என்பது தெரிகிறது.

கொல்லைக் கோவலர் எல்லி மாட்டிய
பெருமர ஒடியல் போல... *(நற். 289:7—8)*

எனும் சேந்தன் குமரனாரது பாடலும் பெரியமரத்தினை வெட்டி ஒடித்துக் கோவலர்கள் எரிகொளுத்துவர் என்னும் நிகழ்வைச் சுட்டுகிறது.

ஆநிரைகள் மரக்கிளைகளில் இருக்கும் இலைகளையும் விரும்பி உண்ணும். ஆனால் அவை நிலத்தில் விழுந்து புழுதி பட்டதாயின் அவை உண்ணா. ஆதலால் கோவலர்கள் சாய்வாக முக்கால் பங்குமட்டும் கிளையை வெட்டி விடுவர். இதனால் வெட்டுப்பட்ட கிளை துண்டிக்கப்பட்டுத் தரையில் விழாமல் தொங்கி நிற்கும். மண்படாத

அவற்றை ஆநிரைகள் உண்ணும். ஆதலால் மரத்திலும் இல்லாமல் தரையிலும் விழாமல் தொங்கிக்கிடக்கும் மரக்கிளையை உவமையாக்கி 'இடையன் எறிந்த மரம் போல' என்னும் வழக்கும் எழுந்தது. ஆகவே ஆநிரை மேய்க்கும் வாழ்வில் கோடரி பிரிக்க முடியாத ஒரு கூறாகும். இதன் முக்கியத்துவம் கருதியே சிற்பத்தில் இரண்டு இடங்களில் இது காட்டப்பட்டுள்ளதை உணரமுடிகிறது.

களித்தாடும் காதலர்

எருது, பசு, கன்று ஆகியனவற்றை அடுத்து ஓர் இளைய ஆயனும் ஆய்ச்சியும் உள்ளனர்.

ஆயன் தன் இடக்கரத்தால் ஆய்ச்சியின் வலக்கரத்தினைப் பற்றியுள்ள முறையும் இடக்காலினைச் சற்றுச் சாய்த்தூன்றியும் வலக்காலினைச் சுற்று உயர்த்தியும் உள்ள முறையும் இசை தவறாமல் அவர்கள் ஒன்றித்து ஆடுகின்ற தன்மையைக் காட்டுகின்றன.

ஆயன் தலையில் முண்டாசு காணப்படுகிறது. முகத்தில் அளவான சிறிய மீசை உள்ளது. வலக்காதில் உள்ள அணிகலன் இடக்காதில் உள்ள வட்டமான அணிகலன் போன்றதாகலாம். இடக்காதில் உள்ள அணி கடிப்புப் போன்ற தன்மையில் காணப்படுகிறது. கழுத்தில் ஒற்றை வடமான சங்கிலி இருப்பதாகத் தெரிகிறது. அதேபோல் முண்டாசுக்குக் கீழாக நெற்றியின் மேல் ஒரு சங்கிலி அல்லது மணிகளாலான மாலை காணப்படுகிறது. கைகளில் அணிகலன் ஏதுமில்லை. இடையில் உடலோடு ஒட்டிய ஆடை காட்டப்பட்டுள்ளது.

ஆயமகள் தலைமுடியினை உச்சியில் சற்றுச் சாய்வாகக் கொண்டையாக இட்டிருக்கிறாள். மிக இளம் வயதினளாகிய அவளது கன்னங்கள் செழிப்புடன் உள்ளன. வலக்காதில் குதம்பையும் நீண்டு தொங்கும் இடக்காதில் குண்டலம் போன்ற அணிகலனும் காணப்படுகின்றன. கழுத்தில் கண்டிகையும் இரண்டு சரங்களாக மணிமாலையும் காணப்படுகின்றன. மார்பில் கச்சை இல்லை. இடக்கை மணிக்கட்டில் பட்டையான வளைகள் உள்ளன. அக்கரம் இடையில் வைக்கப்பட்டுள்ளது. ஆயனால் இறுக்கமாகப் பற்றப்பட்டுள்ள வலக்கர மணிக்கட்டில் அணிகள் தெரியவில்லை. கை விரல்கள் பிரிந்துள்ளன. இடையில் உள்ள ஆடையில் மடிப்புகள் தெரிகின்றன. ஆடை உடலோடு ஒட்டியுள்ளது.

ஆநிரைகளை மேய்ப்பதற்காக ஓட்டிச்செல்லும் ஆயர்களும் ஆய்ச்சியரும் அவற்றைக் காடுகளில் மேயவிடுவர். அப்போது காதல் கொண்டுள்ள ஆயனும் ஆய்ச்சியும் கைகோத்து மகிழ்வுடன் குரவையாடுவர். இவ்வினிய காட்சியை,

தம்பல ஏறு பரத்தர உய்த்ததம்
அன்புறு காதலர் கைபிணைந்து, ஆய்ச்சியர்
இன்புற்று அயர்வர்.   (கலி. 106: 31–33)

களித்தாடும் காதலர்

எனக் கலித்தொகை காட்டுகிறது. அத்தகு காதல் உள்ளங்களே இங்கும் இணைந்து ஆடலை நிகழ்த்துகின்றன எனலாம்.

ஆநிரைகள்

ஆயர்கள் எருமைத்திரளை உடைய ஆயர், பசுத்திரளையுடைய ஆயர், ஆட்டினத்தை உடைய ஆயர் என மூவகையினராக இருந்தனர் எனச் சங்க இலக்கியம் கொண்டு அறிய முடிகிறது.

ஆனால் மல்லைச் சிற்பத்தில் பசுத்திரள் மட்டுமே காட்டப் பட்டுள்ளதாக எண்ண வேண்டியுள்ளது. கொம்புகள் மற்றும் முக அமைப்புக் கொண்டு எருமைகள் உள்ளனவா எனத் தெளிவாகப் பகுத்துணர இயலவில்லை.

சிற்பத்தின் நிற்கும் உருவங்கள் மற்றும் ஆநிரைகளுக்கு மேலான பரப்பு வியத்தகு முறையில் பயன் கொள்ளப்பட்டுள்ளது. ஆநிரைகளின் தலைகளை மட்டும் சித்திரித்திருப்பதன் மூலம் அவ்வெளி நிரப்பப் பட்டிருப்பதுடன் அவை பல்வேறு கோணங்களிலும் திறம்படக் காட்டப் பட்டுள்ளன. அவற்றில் மொத்தம் 21 ஆநிரைத் தலைகள் வடிக்கப் பெற்றுள்ளன.

கீழ்வரிசையில் சற்று உயரத்தில் படுத்துள்ள ஓர் எருது மற்றும் பால் கறங்கும் பசு அதனைச் சார்ந்து நிற்கும் காளை முன்னிற்கும் கன்று, அதற்கு முன்னாக நிற்கும் எருது அதனை இணைந்து நிற்கும் பசு, காளையின் முன் நிற்கும் கன்று என ஏறக்குறைய இயற்கையாக அமைந்த முழுவடிவில் எருதுகள் மூன்றும் பசுக்கள் இரண்டும் கன்றுகள் இரண்டுமாக மொத்தம் ஏழு ஆநிரைகள் நிற்கின்றன.

ஆநிரைகள் வடிவம், வண்ணம், புள்ளிகள், கொம்புகள், இயல்புகள் ஆகியன கொண்டு ஆயர்கள் அவற்றைப் பெயரிட்டு அழைத்தனர் என்பதைச் சங்க இலக்கியங்கள் காட்டுகின்றன.

உயர்ந்த கொம்புகளிடத்தே வைத்த பட்டுப்பூச்சியின் நிறத்தைப் போன்ற புல்லிய நிறம் கொண்ட காளை; சந்திரனைப் போன்ற நெற்றிச் சுட்டியை உடைய கரிய எருது; செவியிலே மறுவினையும் உடலில் நுண்ணிய சிவந்த புள்ளிகளையும் உடைய வெள்ளை எருது *(கலி. 101)* வெள்ளிய கால்களைக் கொண்ட கரிய காளை, வெள்ளிய புள்ளிகள் கொண்ட வெள்ளை ஏறு; திங்களின் பிறைபோல் வளைந்த கொம்பினை உடைய சிவந்த எருது *(கலி. 103)* வெள்ளைச் சுட்டி உடைய கரிய எருது; சிவந்த மறுவினை உடைய வெள்ளை எருது; ஏந்திய திமிலுடைய கபில நிறமுடைய எருது; புள்ளிகளை உடைய புகர் நிறந்தது எருது

எருது

(கலி.105) எனப் பலவகையான வடிவமைதிகளை அடையாளமாகக் கொண்ட எருதுகளைக் காண்கிறோம். சிற்பத்தில் கொம்புகள், முக அமைப்பு முதலியன ஒன்றினைப்போல் பிறிதொன்று இல்லாமல் படைக்கப்பட்டுள்ளமை கருதத்தக்கது.

சிங்கங்களும் விந்தை விலங்குகளும்

சிற்பத்தின் வலக்கோடியில் படுத்துள்ள பெரிய எருதிற்குக் கீழாக நேரே இறங்கும் பாறை சற்றுச் சாய்ந்து சென்று படிகிறது. இதில் எருதிற்குக் கீழாகச் சிங்கமொன்று கர்ஜிக்கும் நிலையில் மார்பு வரை காட்டப்பட்டுள்ளது. அதன்கீழ் சிங்கம் ஒன்று அமர்ந்துள்ளது. பொதுவாகச் சிங்கத்தில் காட்டப்படும் சுருண்ட பிடரிமுடி இதில் காட்டப்பெறவில்லை. ஆகவே பெண்சிம்மம் என அடையாளப்படுத்தலாம். அது முன்காலினை ஊன்றி அமர்ந்த நிலையில் பின்புறமாகத் திரும்பிப் பார்த்து உறுமுகிறது.

அதற்குக் கீழ் தன் கால்களை நீட்டி எதிர் எதிராக இரண்டு சிங்கங்கள் படுத்துள்ளன. அவை ஒன்றையொன்று நோக்கி கர்ஜித்த வண்ணம் காணப்படுகின்றன.

இதற்கு நேர் எதிர்ப்புறம் இடது கோடியில் இதே போன்ற பாறைச் சரிவு காணப்படுகிறது. அதில் ஆறு விலங்குகள் சித்திரிக்கப்பட்டுள்ளன. கீழ்வரிசையில் நான்கு விலங்குகள் உருவில் பெரிதாயும் அவற்றிற்குமேல்

சிங்கங்கள்

சிங்கங்களும் விந்தை விலங்குகளும்

உள்ள இரண்டும் உருவில் சிறிதாகவும் காணப்படுகின்றன. மேல்வரிசையில் பாறையை ஒட்டி வடிக்கப்பெற்றுள்ளது. சிறுத்தை போல் காணப்படுகிறது. அது முன்னங்கால்களை ஊன்றி அமர்ந்துள்ளது. இடக்காலினைச் சற்றுமேல் தூக்கியுள்ளது.

அதன்பின்புறம் உடலில் முக்கால் பாகம் மட்டும் தெரியும் வண்ணம் மற்றொரு விலங்கு படுத்துள்ளது. அது தலையினைத் திருப்பிப்பார்க்கிறது. இதன் முக அமைப்பு ஏறக்குறைய குரங்கின் முகவடிவை ஒத்துள்ளது. இது ஒரு கற்பனை விலங்காக இருக்கலாம்.

கீழ்வரிசையில் முதலில் ஒரு சிங்கம் முன்கால்களை ஊன்றி அமர்ந்துள்ள நிலையில் காணப்படுகிறது. உடலின் பின்பகுதி மலைப் பகுதியுள் மறைந்துள்ள பான்மையில் காணப்படுகிறது.

அதனை அடுத்து, படுத்தவண்ணம் தலையுர்ந்தும் யாளி வடிவம் காணப்படுகிறது. இதன் உடலும் நடுப்பகுதி வரை வெளியே பார்வைக்குத் தென்படுகிறது. உறுதிமிக்க காலினை ஊன்றியுள்ளது. பிடரி முடிகள் சிங்கத்தின் தன்மையில் காட்டப்பட்டுள்ளன. நெற்றியில் கண்களிலிருந்து மேலே செல்லும் இரண்டு கொம்புகள் காணப்படுகின்றன. வாயின் மேற்பகுதி கிளியின் மூக்குப் போல் வளைந்த, உறுதிமிக்க அலகு போல் விந்தையாக வடிவமைக்கப்பட்டுள்ளது.

அதன்பின்னால் சிங்க உடலும் மனித முகமும் கொண்ட விந்தையான உருவம் காணப்படுகிறது. அது முன்னங்கால்களை ஊன்றி நிமிர்ந்து அமர்ந்துள்ளது. இடது காலினைச் சற்றுமுன் வைத்துள்ளது. சிங்கத்திற்குரிய பிடரி முடி செழுமையாகக் காட்டப்பட்டுள்ளது. கண்புருவத்தின் மேலிருந்து சென்று, நுனியில் வளைந்து இரண்டு கொம்புகள் காணப்படுகின்றன. முகம் முற்றிலும் மனித முகமாகக் காட்டப்பட்டுள்ளது. முறுக்கி விடப்பட்ட மீசையுடன் ஏறக்குறைய நடுவயதை எட்டும் முகமாக அது காட்டப்பட்டுள்ளது. செவிகளும் மனிதச் செவிகளே காட்டப்பட்டுள்ளன. இதன் வலது பின்தொடைப் பகுதி சிதைவுற்றுள்ளது.

இதற்குப்பின்னாக, படுத்த நிலையில் சிங்கமொன்று காட்டப் பட்டுள்ளது. அதுதன் இடக்காலினைச் சற்று மேலுயர்த்திக் கர்ஜிக்கும் பான்மையில் காட்டப்பட்டுள்ளது. வலது முன்கால் சிதைவுற்றுள்ளது.

○

மதிப்பீடு

உள்ளடக்கம்

இந்திரனது சினத்தால் பெய்த கொடும் மழையினின்று ஆயர்களையும் ஆநிரைகளையும் கண்ணன் கோவர்த்தன மலையைக் குடையாய் உயர்த்திப் பிடித்துக் காத்த நிகழ்ச்சியே இங்குக் காட்சியாக விரித்துச் செய்யப்பெற்றுள்ளது.

இந்நிகழ்வில் இடையர்கள் தங்கள் உடைமைகளான ஆநிரைகளையும் குழந்தைகளையும் புழங்கு பொருட்களையும் கண்ணனது அருட்திறத்தால் பாதுகாத்துக் கொள்வதும் உயிர்களையும் உடைமைகளையும் காத்த நிம்மதியை அடைவதும் இக்காட்சியின் உள்ளடக்கமாகும். இப்பாதுகாப்பு என்னும் உட்பொருள் இக்காட்சியின் ஒவ்வொரு சித்திரிப்பிலும் உட்கிடக்கையாக அமைந்துள்ளது.

வடக்கிலிருந்து தெற்காகப் பார்த்துவந்தால், முதலில் ஒரு காளை மனநிறைவுடன் ஓய்வாகப் படுத்துள்ளது. இடி, மின்னல் குறித்த அச்சமோ வயிற்றுப் பசிக்குரிய துடிப்போ இன்றி அது அமைதியாக ஓய்வு கொண்டுள்ளது.

அமர்ந்துள்ள குழந்தை மனநிறைவுடன் வேடிக்கை பார்த்துக் கொண்டிருக்கிறது. அது ஆயனது தோளில் பாதுகாப்பைப் பெறுகிறது. தன் கணவன் முன்னால் நிற்கும் இடைச்சியின் எளிய உடைமைகளான பாற்குடங்கள் தலைமீது காப்புப் பெறுகின்றன. அவளது குழந்தையோ அவளது இறுகப் பற்றிய கரத்தில் பாதுகாப்பாக உள்ளது.

வியக்கத்தக்க விதத்தில் கண்ணன் காப்பதை எண்ணி வியக்கும் கோபியர் கரங்களில் அவர்கள் சிறுமி பாதுகாப்பாக நிற்கிறாள்.

பலராமனது அரவணைப்பில் நிற்கும் ஆயன், அரசால் பாதுகாக்கப் படும் குடிமக்களை உணர்த்தி நிற்கிறான். கோடரி அவனது வாழ் வியலுக்குக் குறியீடாக, இனி அவனது ஆநிரை மேய்த்துண்ணும் வாழ்வு பெறும் பாதுகாப்பினையும் உணர்த்துகிறது.

காளையுடன் நிற்கும் பசு பாதுகாப்பைப் பெறுவதுடன் அதன் பாலருந்திய கன்றும் தாயின் நா வருடலால் பரிவையும் அன்பையும் உணர்ந்து பாதுகாப்பைப் பெறுகிறது. தன் வயிற்றுக்கும் பிறர் வயிற்றுக்குமான பாலமுதைக் கறவையிடம் பெறும் ஆயனும் வாழ்வின் அடிப்படைத் தேவையை நிறைவுறப் பெற்றுக் காப்புப் பெறுகிறான்.

மனித குலத்திடமும் விலங்குக் குலத்திடமும் ஒருசேர மிளிரும் தாய்மையின் காட்சியாக, ஒரு குழந்தை தாயிடம் பாலருந்தித் தொடைமீது இருத்தப்பெற்றுப் காப்பையும் நிறைவையும் பெறுகிறது. அந்த மன நிறைவையே ஆயனது குழலிசை வெளிப்படுத்துகிறது.

ஓலைப்பாயினையும் உறியில் பானைகளைக் கொண்ட ஆயர் குலமகள் தன் உடைமைகள் அனைத்தையும் பாதுகாத்துக்கொண்ட நிறைவில் நிற்கிறாள்.

கோடரியைக்கூட இழக்காத ஆயனா குடும்பத்தை இழந்துவிடுவான்? அவன் மனைவியும் சிறுகுழவியும் பாதுகாப்பாக நிற்கின்றனர்.

தன் தாய் தந்தையராகிய எருது மற்றும் பசுவினால் பாதுகாப்புப் பெற்ற மகிழ்வில் துள்ளும் கன்றினை அவை இரண்டும் மேலும் பொறுப்புடன் கண்காணித்துக்கொண்டு நிற்கின்றன.

எந்தவொரு கவலையும் இல்லாத நிலையில் தங்கள் உள்ளத்தில் ஊற்றெடுக்கும் காதல் உணர்வால் ஆடிமகிழுகின்ற ஆயனுக்கும் ஆயமகளுக்கும் எதிர்காலம் குறித்த நம்பிக்கையும் மிகுதியாக இருக்கிறது.

ஆநிரைகளில் ஒன்றுகூட மழையைப் பற்றி அச்சம் கொண்டு மிரட்சியுற்று வெறித்து நோக்கவில்லை; அது நிற்கவேண்டும் என்ற தவிப்பும் அவற்றிடம் இல்லை. அவை மலைசுமக்கும் கண்ணனை வியந்து பார்க்கின்றன. ஆயனுடைய குழலிசைக்குத் தலையசைத்து நிற்கின்றன.

ஆநிரைகள் மட்டுமா காவல் பெறுகின்றன? சிங்கங்களாகவும் விந்தை விலங்குகளாகவும் நின்று பிற உயிரிகளுக்குக் குறியீடாக அமையும் அவையும் அமர்ந்தும் படுத்தும் கவலையற்று நிற்கின்றன.

இறைவன் அருளால் உயிர்கள் அனைத்தும் பெறுகின்ற பாதுகாப்பு சிற்பிகளால் நுட்பமாக தொனிப்பொருளாக வெளிப்படுத்தப்பட்டுள்ள பான்மை எண்ணியெண்ணி வியக்கத்தக்கதாக உள்ளது.

சிற்பத்தின் கூறுகள்

கண்ணனால் குடையாக்கப்பட்ட கோவர்த்தனத்தின்கீழ் ஆயர்களும் ஆநிரைகளும் நின்று பாதுகாப்புற்றனர் என்கின்ற ஒரே நோக்கில் இச்சிற்பத்தில் உருவங்கள் காட்டப்பெறவில்லை.

சங்க இலக்கிய முல்லைப்பாடல்கள் அன்புடைய நெஞ்சங்கள் தாம் கலந்து உருவாக்கும் குடும்ப அமைப்பின் பெருமையையும் மகிழ்வை யும் எடுத்துரைக்கின்றன. அத்தகு சங்க இலக்கியப் போக்கினையே இச்சிற்பக்காட்சியில் நுட்பமாக உணரமுடிகிறது.

முதற்கண் தோளில் குழந்தையுடன் நிற்கின்ற ஆயனும் கையில் குழந்தையைப் பற்றி நிற்கின்ற ஆயமகளும் ஒரு குடும்பத்தினராவர். தங்கள் அன்பார்ந்த இல்லறத்தின் பயனாய் விளைந்த இருகுழந்தைகளை யும் போற்றிப் பாதுகாத்து நிற்கின்றனர்.

கண்ணனும் அவனருகில் நிற்கும் நப்பின்னையும் ஒரு குடும்பமாவர்.

பால்கரக்கும் கறவையும் அருகிலுள்ள காளையும் நிற்கும் கன்றும் ஒரு குடும்பமாகும்.

பால் கறக்கும் ஆயனும் அருகில் உறியில் 'இமிழ், இசை மண்டை கறவைக் கலங்கலு'டனும், தலைமீது பாயுடனும் நிற்கும் ஆயமகளும் ஒரு குடும்பத்தினராவர்.

தோளில் கோடரியுடன் நிற்கும் ஆயனும் அவன் பின்னர் குழந்தையுடன் நிற்கும் இடைச்சியும் மற்றொரு குடும்பமாவர்.

அடலேறும் அருகில் நிற்கும் அழகிய பசுவும் அவற்றின் பசலைக் கன்றும் இன்னொரு இனிய குடும்பம்.

குடும்ப அமைப்பிற்கு அடித்தளம் மனமொன்றிய காதல். ஆதலால் ஆடிப்பாடும் ஆயனும் அவனொடு நட்புப் பூண்ட ஆய இளமகளும் நாளைய குடும்பமாவர்.

மேல் நிற்கும் ஆநிரைகளைப் பிரித்தறிய வழியில்லாவிடினும் அவையும் இவைபோலவே குடும்பங்களாக அமைந்திருக்கும் எனக் கருதுவதில் பிழையில்லை.

ஒத்திசைவு (Composition)

ஒரு காட்சியினைப் பல்வேறு உருவங்களைக் கொணடு படைக்கும் போது மல்லைச் சிற்பங்கள் அவற்றிடையே ஏற்படுத்தியுள்ள ஒத்திசைவு பெருவியப்பு நல்குவதாக உள்ளது.

பெரிதும் நேர்கோட்டில் அமைக்கப்பட்டுள்ள சிற்பத்தொகுதியை

— ஓய்வாகப் படுத்துள்ள எருதிலிருந்து ஆயனோடு பலராமன் நிற்கும் பகுதி வரை

— கறவையிலிருந்து காதலர் இருவர் நடனமாடும் இடம் வரை

என இரண்டாகப் பகுத்துக் காண முடியும். இதில் முதற்பகுதியில் பலராமனும் கண்ணனும் முதன்மை பெறுகின்றனர். இச்சிற்பத்திலுள்ள மனித உருவங்களிலேயே பெரிய அளவில் அவர்களே வடிக்கப் பெற்றுள்ளனர். திரண்ட உடலுடன் உயர்ந்த ஆடை அணிகலனுடன் காட்டப்பட்டுள்ளனர். அருகில் நிற்கும் பெண்கள் ஏறக்குறைய தனது தோள் அளவு உயரத்தில் அமையும் வண்ணம் கண்ணன் காட்டப் பட்டுள்ளான். உடற்திரட்சியும் மிகுந்துக் காட்டப்பட்டுள்ளது.

பலராமன் தன் அருகில் நிற்கும் இடையனை விட மிகுந்த உயரமுடையவனாகவும் உடற்திரட்சி மிக்கவனாகவும் காட்டப் பட்டுள்ளான். இவை அவர்களுடைய தலைமையையும் ஆற்றலையும் காட்டுவதுடன் சிற்பம் உணர்த்தும் கதையில் அவர்களின் முக்கியத் துவத்தை வெளிப்படுத்துகிறது. குடும்பப் பெண்கள் கண்ணனுக்கு அருகில் அமைத்துள்ளனர். ஆயனது ஒரு குடும்பம் அவர்களோடு சமத்துவம் பெற்று அருகில் நிற்கிறது.

பலராமனை அடுத்து காதலர் வரையிலான காட்சி விவரிப்பில் கண்ணனால் காக்கப்பெறும் ஆயர்களின் நடவடிக்கைகள் விவரிக்கப் பட்டுள்ளன. பசுவிடம் பால்கறக்கும் ஆயன், குழந்தைக்குப் பாலூட்டும்

இடைச்சி, குழலூதும் இடையன், கோடரி சுமந்து குடும்பத்துடன் நிற்கும் இடையன், பசுவுடனும் கன்றுடனும் நிற்கும் எருது, நடனமிடும் காதலர் என கண்ணனால் காக்கப்படும் நிலையில் ஆயர்கள் அச்சம் நீங்கி, நிம்மதி பெற்ற மனநிலையில் நிகழும் நிகழ்ச்சிகள் ஒழுங்கமைக்கப் பெற்றுள்ளன.

இவ்வகையில் முதற்பகுதி கோவர்த்தனம் உயர்த்திய கண்ணனது அன்பிற்கும் ஆற்றலுக்கும் ஒதுக்கப்பட்டு இரண்டாம் பகுதியில் காக்கப் படும் ஆயவாழ்வு அழகுறக் காட்டப்பட்டுள்ளது.

இக்காட்சி விவரிப்பின் முக்கியப்பகுதியாகிய இவ்விரு நிலைகளும் நேர்கோட்டில் அமைக்கப்பட்டு அனைத்து உருவங்களும் இயற்கை அளவிலும் தன்மையிலும் சித்திரிக்கப்பெற்றுள்ளன. குறிப்பாக, ஆயர் – ஆய்ச்சியர்; கண்ணன் – பலராமன்; அரசகுலப் பெண்டியர்; கறவை – எருது; காதலர் ஆகியோரின் வடிவங்கள் பார்ப்போர்க்கு இயற்கையான காட்சியை நல்குகின்றன.

இப்பாறைப் பரப்பில் இச்சிற்பவரிசைக்கு மேலாகவும் வடபுறத்திலும் தென்புறத்திலும் இருக்கும் சரிவுப் பரப்புகளை மிகச் சிறப்பாகச் சிற்பிகள் பயன்படுத்திக் கொண்டுள்ளனர். ஆநிரைகள் பெறுகின்ற பாதுகாப்பை உணர்த்தவும் அவற்றின் மிகுதியைப் புலப்படுத்தவும் மேலுள்ள பாறை வெளி திறமையாகப் பயன்படுத்தப்பட்டுள்ளது. ஆநிரைகளின் பல தலைகளை அமைத்தன் மூலம் அக்கருத்து வெளிப்படுத்தப்பட்டுள்ளது. ஆநிரைகளின் கூட்டத்துடன் சேராத சிங்கம், யாளி, கற்பனை விலங்குகள் பாறையின் இருபுறச் சரிவுகளிலும் அமைக்கப்பட்டு, சரிவாகச் செல்லும் பாறையில் அவை படுத்துள்ளதாகவும் அமர்ந்துள்ளதாகவும் காட்டப்பட்டு மிகுந்த திறமையுடன் அவ்வெளி பயன்படுத்தப்பட்டுள்ளது.

சமச்சீர் (Balance)

பலராமன் நிற்கும் இடத்தினை, ஏறக்குறைய சிற்பத்தொகுதியின் நடுப்பகுதியாகக் கொள்ளும்போது பலராமன், இடையன், அரசக்குலப் பெண்கள், கண்ணன், ஆயன், ஆய்ச்சி என எட்டு உருவங்கள் வலப்புறமும் பால்கறக்கும் இடையன், குழந்தைக்குப் பாலூட்டும் பெண், குழலூதும் ஆயன், பாயுடனும் உறியுடனும் நிற்கும் ஆயமகள், கோடரியுடன் நிற்கும் ஆயன், அவன் மனைவி, காதலர் இருவர் என எட்டுப்பேர் இதில் இடப்புறம் அமைக்கப்பட்டுள்ளனர்.

பலராமனுக்கு இடப்புறம் ஒரு சிறுவன், சிறுமி மற்றும் தோள்மீது உள்ள குழந்தை என மூவர் அமைய அவனுக்கு வலப்புறம் இரு குழந்தை களும் இரண்டு கன்றுகளும் வடிக்கப்பெற்றுள்ளமை எண்ணத்தக்கது.

பால்கறக்கும் கறவையும் பின் நிற்கும் எருதும் கன்றும் ஒரு காட்சியை நல்க, அதற்கருகில் நிற்கும் எருதும் அடுத்துள்ள பசுவும் கன்றும் காட்டப்பெற்று, கறவையில் பசு முதன்மை பெற்று, எருது அடுத்தநிலை பெற்றிருப்பதற்கேற்ப, அடுத்ததில் எருது முதன்மை பெற்றுப் பசு பின்னிருத்தப் பெற்றுள்ளது.

இடப்புறம் உள்ள காதலர்கள் வலப்புற ஓரம் நிற்கும் ஆயன் குடும்பத்தால் சமன் பெறுகின்றனர்.

பாறையின் வலப்புறம் மேலே படுத்துள்ள எருது கீழே சிங்கம், சரிவில் மூன்று சிங்கம் என ஐந்து விலங்குகள் அமைய இடப்புறம் ஆறு விலங்குகள் அமைந்து சமச்சீர் செய்யப்பட்டுள்ளது.

இச்சமன்பாட்டினால் இதனைக் காணுகின்ற பார்வையாளர்,

— கண்ணன் – பலராமனைத் தனித்துணர முடிகிறது.

— கண்ணனால் காப்புப் பெற்ற ஆயர்களின் செயல்களைத் தனித்துணர முடிகிறது.

— மேலுள்ள வரிசையால் ஆநிரைகளைத் தனித்துணர முடிகிறது.

— சிங்கங்களைத் தனித்துணர இயலுகிறது.

— சிற்பத்தின் முன்னால் நடுவில் நின்று கண்ணனது செயலினை ஒட்டி இருபுறமும் நிகழும் நிகழ்வுகளைத் தடையற்று உணரமுடிகிறது.

ஆடை ஆணிகலன்கள்

இச்சிற்பத்திலுள்ளோர் பெற்றுள்ள ஆடை அணிகலன்கள் குறித்து முன்னர் விவரிக்கப்பட்டுள்ளது. கண்ணன், பலராமர், அரச மகளிர் ஆகியோர் மிகுந்த அலங்காரம் மிக்க கழுத்தணிகளையும் கைகளில் வளை, காலில் கொலுசு ஆகியனவற்றையும் தலையணிகளையும் காதணி களையும் கொண்டுள்ளனர். செவ்வியல் கால அழகியல் நோக்கிற்கேற்ப உடலோடு ஒட்டி ஆடைகள் காட்டப்பட்டிருந்த போதிலும் அவர்களது வளமை வெளிப்படும் வண்ணம் ஆடைகளும் இடையைச் சூழ்ந்துள்ள அணிகலன்களும் காட்டப்பட்டுள்ளன.

இடையர்களும் இடைச்சியரும் மிக எளிய முறையில் ஆடை அணிகலன்களை அணிந்துள்ளனர். இடையர்களின் தலையினை முண்டாசு அணி செய்கிறது. இடைச்சியரிடம் தலையணி காணப்பட வில்லை. கொண்டை அலங்காரமும் மிகச் சாதாரணமாக உள்ளது.

அரச மகளிர் அலங்காரம்மிக்க கொண்டையினையும் கச்சினையும் பெற்றுள்ளனர். ஆனால் கச்சின்றிக் காணப்படும் இடைச்சியர் மிக எளிய ஆடையுடன் காட்டப்பட்டுள்ளனர்.

ஆயினும் பல்லவச் சிற்பப்பாணிக்குத் தக அனைவரின் ஒரு காது இயல்பாகவும் ஒரு காது நீண்டு தொங்கியும் காணப்படுகிறது. அவ்வாறு நீண்டுள்ள காதில் குழைகளும் பிறிதொரு காதில் குதம்பையும் காணப்படுகின்றன.

இயங்கு சிற்பம்

அர்ச்சுனன் தபசு ஓர் இயங்கு சிற்பமாகப் படைக்கப்பட்டது என்பதை எ.எச். லாங்கர்ஸ்ட் எடுத்துக்காட்டியுள்ளார். அச்சிற்பத்தொகுதி

வடிக்கப்பட்டுள்ள பாறையின் மேற்பரப்பில் இரண்டு சுவர்களைக் கொண்ட 23 அடி நீளமும் 23 அடி அகலமும் 2.8. அடி உயரமும் கொண்ட சதுரவடிவிலான நீர்த்தொட்டி அமைந்திருந்தமையைத் தனது ஆய்வில் கண்டறிந்து வெளிப்படுத்தியுள்ளார் (A.H. Longhurst, p. 41)

அதேபோல் கிருஷ்ண மண்டபத்தையும் பல்லவச் சிற்பிகள் ஓர் இயங்கு சிற்பமாகவே படைத்துள்ளனர் என்று உணரமுடிகிறது.

முதற்கண், மண்டபத்தின் உட்புறம் சிற்பத்தொகுதியின் இடப்புறத்தில் காதலர் இருவர் ஆடி மகிழும் காட்சிக்கு மேல் பாறைப்பகுதியில் தண்ணீர் அலையலையாக வருவதற்கு வாய்ப்பாகப் பாறை செதுக்கப்பட்டுள்ளது.

மேலிருந்து தண்ணீர் வழிந்தோடி வருவதற்கு வாய்ப்பாக பாறையின் மேற்பரப்பில் ஓர் அங்குல ஆழத்திற்கும் கூடுதலாக, மேலிருந்து கீழாக நீர்த்தடங்கள் வெட்டப்பட்டுள்ளன. ஏறக்குறைய இருபத்தாறு நீர்த்

மேலிருந்து நீர் வழிவதற்கான தடங்கள்

தடங்கள் சிற்பத்தொகுதியின் மேற்புறம் முழுதும் வெட்டப்பட்டிருப்பதைக் காணமுடிகிறது.

கிருஷ்ண மண்டபத்தின் பக்கவாட்டில் குன்றின்மீது ஏறிச்சென்று மண்டபக் கூரையின் மேலுள்ள பாறைப் பரப்பினைப் பார்த்தால்

தற்போது ராயல கோபுரம் உள்ள இடத்திலிருந்து பாறை பலவகைகளாக வெட்டப்பட்டுச் சரிவு ஏற்படுத்தப்பட்டிருப்பதையும் அது சிற்பத் தொகுதியின் மேலாக முடிவதையும் காணமுடிகிறது.

அத்துடன் மண்டபக் கூரைக்கு மேலாக, பாறையின் பல்வேறு நீர்த்தடங்கள் ஓரங்குலத்திற்கும் சற்று கூடுதலான ஆழத்துடன் வெட்டப்பட்டு, அவை சிற்பத்தொகுதிக்கு மேலாக வந்து முடிவதைக் காணமுடியும். பிற்காலத்தில் காரையால் கட்டப்பட்ட சிறுதடுப்பினுக்குக் கீழ் நீர்த்தடங்கள் தொடர்ந்து வருவதையும் அலையலையாகப் பாறை செதுக்கப்பட்டிருப்பதையும் காணமுடிகிறது.

இந்தக் காட்சியைக் காணும்போது இரண்டு ஐயங்கள் இயல்பாக எழ வாய்ப்புண்டு. ஒன்று, மேலே குறிப்பிட்ட நீர்த்தடங்கள்

மண்டபத்தின் மேல், குன்றின்மீதுள்ள நீர்த் தடங்கள்

மண்டபத்தோடு, அதாவது சிற்பத் தொகுதியோடு இணையாமல் நிற்பது ஏன்? என்னும் வினா.

சற்றுக்கவனமுடன் பார்த்தால் நீர்த்தடங்களுக்கும் மண்டபக் கூரையின் கீழுள்ள பாறைக்கும் இடையே பள்ளம் வெட்டப்பட்டிருப்பதையும் பாறை செதுக்கப்பட்டு மழுக்கி விடப்பட்டிருப்பதையும்

சா. பாலுசாமி

பல்லவர் கால நீர்த்தடங்களைத் தடுத்த பிற்கால மண்டபக் கட்டுமானம்

கண்டுணர முடியும். இயல்பாக மேலுள்ள நீர்த்தடங்கள் சிற்பத் தொகுதி யின் மேல் முடிந்திருந்த நிலையையும் காணமுடிகிறது.

கோவர்த்தனச் சிற்பத்தொகுதியை வழிபாட்டிற்குரியதாக்கி. மண்டபம் கட்டிய விசயநகரச் சிற்பிகள், மேலிருந்து நீர் உள்ளே வராத வண்ணம் தடுப்பதற்காகவே இந்தப் பள்ளத்தினைச் செதுக்கி மண்டபத்தின் இருபுறமும் நீர் சென்றுவிழும்படி அமைத்திருப்பதை அறியமுடிகிறது. ஆகவே, நீர்த்தடங்கள் முன்குறிப்பிட்டுள்ளது போல் சிற்பத்தொகுதியின் மேற்புறம் முழுவதும் வந்து விழும்படி பல்லவச் சிற்பிகள் படைத்திருந்தமை தெளிவாகும்.

இரண்டாவதாக, இந்தப் பள்ளங்கள் வெப்பத்தால் பொரிந்து வெடிப்புண்ட பாறையின் மேற்பரப்பாக இருக்கலாமா? என்ற ஐயம் எழுவதற்கு வாய்ப்புள்ளது.

செதுக்கப்பட்ட நீர்த்தடங்களை ஆழ்ந்துநோக்கினால் பாறையின் நீர்த்தடங்கள் ஆழமாகச் செதுக்கப்பட்டிருப்பதையும் பாறையின் மிக மேலான அடுக்குமட்டும் பொரிந்து வெடிப்புண்டிருப்பதையும் அறியமுடியும்.

மாமல்லபுரம்: கிருஷ்ண மண்டபம்

மண்டபத்தின் தெற்குப் பக்கம் பாறையின் மேற்பரப்பு அலையலையாகச் செதுக்கப்பட்டிருப்பதையும் நீர்த்தடங்கள் தோண்டப்பட்டிருப்பதையும் தெளிவாகக் காணமுடிகிறது. இதே போன்ற அலை வடிவான செதுக்கல்களை மண்டபத்திலிருந்து பஞ்சபாண்டவர் மண்டபம் வரை காணமுடிகிறது. அவற்றில் மழைநாளில் நீர் உருண்டு வழிவதை இன்றும் காணமுடிகிறது.

மண்டபத்தின் தென்புறம் நீர்த் தடங்கள்

சிற்பத்தொகுதியில் இடம்பெற்றுள்ள உருவங்களுக்கிடையே நீர் வழிந்து சென்ற தடயங்களை இன்றும் காணமுடிகிறது. குறிப்பாக, கண்ணனின் உயர்ந்துள்ள இடக்கரத்திற்கும் தலைக்கும் இடையேயும் பக்கங்களிலும் மிகத் தெளிவாகக் காணவியலுகிறது.

பல்லவர் காலத்தில் இச்சிற்பத் தொகுதி முழுவதும் வண்ணம் தீட்டப் பெற்றிருந்தமையையும் அது நீரின் வரவால் அழிவுபட்டிருப்பதையும் கண்ணன் தலைக்கு மேலும், கோடாரியைத் தோளில் வைத்துள்ள ஆயன் அருகிலுமுள்ள ஓவியத் துணுக்குகள் உணர்த்துகின்றன.

ஆகவே, மல்லைச் குன்றையே கோவர்த்தனமாக எண்ணிக்காணும் வண்ணம் மல்லைச் சிற்பிகள் படைத்துள்ளனர். அத்துடன் அர்ச்சுனன்

தபசு போலவே மேலிருந்து நீர் வழிந்தோடி வரும்போது மழையில் ஆயர்பாடி இடையர்களையும் உயிரினங்களையும் கண்ணன் காத்து நிற்கும் காட்சியை இயங்கு சிற்பமாக, உயிர்ச்சிற்பமாகப் படைத்துள்ளனர் என்பதில் ஐயமில்லை.

கலைமரபும் பாணியும்

பல்லவச் சிற்ப, ஓவிய மரபுகள் அஜந்தா, அமராவதி, நாகார்ச்சுன கொண்டாவில் வளர்ச்சிபெற்ற கலைமரபின் தொடர்ச்சியாக அமைந்தன என்பதை அறிஞர்கள் எடுத்துக்காட்டியுள்ளனர். குறிப்பாக, அவர்தம் கலைப்பாணியின் பல்வேறு கூறுகளை அறிஞர் சிவராமமூர்த்தி விரிவாக ஒப்பிட்டுக்காட்டி விளக்கியுள்ளார்.

கிருஷ்ண மண்டபத்துக் கோவர்த்தன மலைக்காட்சியில் இடம்பெறும் சிற்பங்களின் பாணியும் ஒழுங்கமைவும் மேற்கூறிய மரபின் தொடர்ச்சியில் அமைவதை நாகார்ச்சுன கொண்டாவில் உள்ள இரண்டு சிற்பங்களுடன் ஒப்பிட்டுக் காண்பது சுவை பயப்பதாகும்.

நாகார்ச்சுன கொண்டா, சாதவாகனருக்குப் பின்வந்த இக்ஷ்வாகுப் (Ikshvaku) பேரரசின் (கி.பி. 225 – 325) தலைநகரமாகும். இங்கு பௌத்தம் செழிப்புற்று வளர்ந்தது.

நாகார்ச்சுன கொண்டாவில் அரசனும் பலரும் நிற்கும் பௌத்தச் சிற்பம் (A Chakravartin and his Seven Jewels - Plate - XXXII-c) இவ்வகையில் ஒப்பிடத்தக்கது. அச்சிற்பத்தில் வலக் கையினை உயர்த்தி நிற்கும் அரசனுக்கு வலப்புறம் நான்கு ஆடவர்களும் அவர்களுக்கு மேலாக இருவரும் நிற்கின்றனர். அரசனுக்கு இடப்புறம் ஒரு பெண்ணும் அவரை அடுத்து ஓர் ஆடவரும் நிற்கின்றனர். அவர்கள் அனைவரும் அரசனை வணங்கிப் பணிவோடு ஏதோ இரந்துகேட்கும் பாவனையில் உள்ளனர். இக்காட்சிப் பகுதியை அடுத்து ஓர் அரசகுல ஆடவர் நிற்கிறார். அவரது வலக்கை இடுப்பில் வைக்கப்பட்டுள்ளது. இடக்கை அருகில் நிற்கின்ற ஒருவரின் தோள் மீது வைக்கப்பட்டுள்ளது. அவர்களை அடுத்து இரண்டு குள்ள உருவங்கள் உள்ளன. அவர்களுக்கு மேலாக மற்றொரு உருவம் காணப்படுகிறது. நமது அதிஷ்டமின்மை காரணமாக இச்சிற்பம் இடையில் உடைபட்டுள்ளது. (Plate - XXXIII - a)

மேலும் நாகார்ச்சுன கொண்டாவில் உள்ள மற்றொரு (Mandhata) சிற்பம் (A Chakravartin surrounded by the Seven Jewels - (Plate - XXX - b) இங்கு இணைந்து எண்ண வேண்டிய முக்கியத்துவம் வாய்ந்ததாகும். தெய்வீகத் தன்மை கொண்ட ஏழு இரத்தினங்களான ஆழி, யானை, புரவி, முத்து, மனைவி, தளபதி மற்றும் அமைச்சர் புடைச்சூழ மன்னர் நிற்கிறார்.

இம்மூன்று காட்சிகளிலும் சித்திரிக்கப்பட்டுள்ள உருவங்களின் ஒழுங்கமைவு நுட்பமாகக் காணத்தக்கதாகும். மூன்றிலும் முதன்மை உருவங்கள் நேர்கோட்டில் வரிசையாகவும் உருவில் பெரியதாகவும் காட்டப்பட்டுள்ளன. ஏனையவை அவ்வுருவங்களுக்கு மேலாக அரை

அரசனும் குடிமக்களும், நாகார்ச்சுன கொண்டா

சா. பாலுசாமி

கோட்டோவியம்: அரசனும் குடிமக்களும்

மாமல்லபுரம்: கிருஷ்ண மண்டபம்

குடிமகனை அணைத்து நிற்கும் அரசன்

உடலுடனோ தலைப்பகுதி மட்டுமோ காட்டப்பட்டுள்ளன. இவ் வகையான வெளியீட்டு முறையே கோவர்த்தனக் காட்சியின் உருவ ஒழுங்கமைப்பு முறையாக உள்ளதை எண்ணிப்பார்த்தல் வேண்டும். மேலும் முதல் காட்சியிலும் (Plate-XXXII) மூன்றாம் காட்சியிலும் (Plate-XXX) வலக்கைகளை உயர்த்தி நிற்கும் அரச உருவங்களின் உடல் அமைப்பை மல்லையில் வலக்கையினை உயர்த்தி, இடக்கையால் வரத முத்திரை காட்டும் கண்ணன் உருவத்தோடு இணைத்து எண்ணுவது எளிது. நாகார்ச்சுன கொண்டா சிற்பத்தில் அரசரை வணங்கி நிற்கும் உருவங்களின் உடல் வளைவினையும் தலை அமைப்பினையும்

மன்னர் மாந்தாதாவும் ஏழு இரத்தினங்களும், நாகார்ச்சுன கொண்டா

கண்ணனைச் சூழ்ந்து நின்று வியந்து பார்க்கும் கோபியர் உருவங்களோடு இணைத்துப் பார்க்க முடியும். அதுபோலவே நேர்கோட்டில் அமைந்த முதன்மை உருவங்களுக்கு மேலாக அரை உருவங்களும் முகங்களும் அமைந்துள்ள பௌத்தச் சிற்பப் பாணியில் இடையர் இடைச்சியரும் தலைகளாக மட்டும் காட்டப்பட்டுள்ள ஆநிரைகளும் மல்லைச் சிற்பத்தில் வடிவமைக்கப்பட்டுள்ளதை உணர்ந்துகொள்ள முடியும்.

நாகார்ச்சுன கொண்டாவில் இரண்டாவது சிற்பத்தில் வலக் கையினை இடுப்பில் வைத்தும் இடக் கையினை மற்றொருவர் தோளில் வைத்தும் காணப்படும் உருவம், மாமல்லபுரத்தில் தன் அதிகாரமும் ஆற்றலும் தோன்ற இடக் காலினைச் சிறு கல் மேடையில் வைத்து வலக் கையினை இடுப்பில் ஊன்றி இடக் கையினை இடையனின் தோள்மீது வைத்து அரவணைத்துள்ள பலராமன் உருவத்துடன் பொருந்திச் செல்வதைக் கண்டுகொள்ள முடியும்.

ஆகவே, முதன்மை உருவங்களைப் பெரிதாகக் காட்டுவதிலும் ஏனைய உருவங்களை நேர்கோட்டில் அமைப்பதிலும் கூடுதல் உருவங் களைத் தொலைவை உணரும் விதத்தில் பின்னால் அமைப்பதையும் மேலுள்ள வெளியைத் தலைபோன்ற உருவங்களால் நிரப்புவதையும் ஒப்பிட்டுக் காணும்போது கோவர்த்தனச் சிற்பத்தொகுதி நாகார்ச்சுன கொண்டா கலைமரபின் தொடர்ச்சியாக வெளிப்பட்டுள்ளதைக் கண்டு மகிழமுடிகிறது.

பழங்கதைக் கற்பனை விலங்கு (Griffin) எனவும் தொன்ம விலங்கு (Mythical Animal) எனவும் வழங்கப்படும் விலங்குகளை வரலாற்றுக் காலத்திற்கு முன்னிருந்தே மனிதர்கள் வரைந்தும் செதுக்கியும் வந்துள்ளனர். இந்தியச் செவ்வியல் மரபுக் கலை வரலாற்றில் அஜந்தா, அமராவதி, பர்ஹுத், நாகார்ச்சுன கொண்டா முதலிய இடங்களில் இவ்வகை வடிவங்கள் பலவாறாக வடிவமைக்கப்பெற்றுள்ளன.

மாமல்லையைப் பொறுத்தவரை கற்பனை விலங்கான யாளியே எல்லா இடங்களிலும் வடிக்கப்பெற்றுள்ளது. யாளி தவிர இத்தகு விலங்குகளை ஒரே இடத்திலும் சிற்பத்தின் கதைப் பொருளுடன் இணைத்தும் படைத்திருப்பது கிருஷ்ண மண்டபத்தில் மட்டுமே எனலாம்.

இங்குக் காட்டப்பட்டுள்ள மனித முகமும் சிங்க உடலும் கொண்ட விலங்கினைப் போன்ற வடிவங்களை சாஞ்சி, பர்ஹுத் முதலிய இடங்களில் காணமுடிகிறது. பறவையின் அலகும் சிங்க உடலும் கொண்ட காஞ்சியிலும் நாகார்ச்சுன கொண்டாவிலும் மதுராவிலும் காண இயலுகிறது. பல்லவர்கள் இம்மரபை ஆர்வத்துடன் பேணியுள்ளமையைப் பல்வேறு இடங்களிலும் காணமுடிகிறது. எடுத்துக் காட்டாக, யானை உடலின் பின்பகுதியைப் பூக்கொடிகள் போல வடிவமைக்கும் அஜந்தா மரபினை மகேந்திரவர்மனின் திருச்சிராப்பள்ளி மலைக்கோட்டை மீதுள்ள குடைவரைத் தூண்களிலும் காணவியலுகிறது.

அமராவதி

நாகார்ச்சுன கொண்டா

பர்ஹூத்

பர்ஹூத்

பர்ஹூத்

மதுரா

விந்தை விலங்குகள்

(Line drawings: K. Krishnamurthy, *Mythical Animals In Indian Art*)

மாறுபட்ட கோணங்கள்

பல்லவச் சிற்பங்களின் கலைப்படைப்புகளில் வியந்து போற்றத்தக்க முக்கியக் கூறு, உருவங்களை ஒன்று போலவோ, ஒரு கோணத்திலோ, வடிவமைக்காமல் உடல், முகம், விழிகள் முதலியனவற்றைப் பல்வேறு கோணங்களில் வடிவமைப்பதாகும். அவர்கள்தம் இம்முயற்சி பார்வையாளரின் கற்பனைக்கும் காட்சியின்பத்திற்கும் பெருங்காரணமாக அமைகிறது.

கோவர்த்தனக் காட்சியில் வலதுகோடியில் படுத்துள்ள எருது, நிகழ்ச்சியை நோக்கி உட்புறம் செலுத்தாமல் வெளிப்புறமாகத் தன் பார்வையைச் செலுத்திக் கொண்டுள்ளது. அதனது உடல் பக்கவாட்டில் முழுமையாகக் காட்டப்பட்டுத் தலையை மட்டும் திருப்பிப் பார்ப்பதாகக் காட்டப்பட்டுள்ளது.

அடுத்துக் கோலூன்றி நிற்கும் ஆயனும் முன்னிற்கும் ஆய்ச்சியும் உடல்கள் சற்றுப் பக்கவாட்டில் அமையத் தெற்கு நோக்கி அமைக்கப் பட்டுள்ளனர். அவர்களது பார்வையும் தோளிலுள்ள குழந்தையின் பார்வையும் நேராகப் பார்ப்பதாக அமைக்கப்பட்டுள்ளன. ஆனால் ஆய்ச்சியின் கையிலுள்ள குழந்தையின் உடல் கிழக்கு நோக்கியும் சற்று நிமிர்ந்து பார்க்கும் பாவனையில் தலை உயர்த்தியும் காட்டப்பட்டுள்ளது.

அடுத்து நிற்போரில் முன்னிருக்கும் அரசகுலப் பெண்ணின் இடையில் மேற்பகுதி இடப்புறம் சாய்வாகக் காட்டப்பட்டுக் கால் ஸ்வதிகமாகக் வடிக்கப்பெற்றுள்ளது. அடுத்து நிற்கும் பெண் உடலின் மேற்பகுதி சற்று சாய்வாகவும் கால்கள் நேராகவும் காட்டப்பட்டுள்ளன. முன்னுள்ள பெண்ணின் முகம் பெரிதும் காணுமாறு அமைய, பின்னுள்ள பெண்ணின் முகம் பக்கவாட்டில் காட்டப்பட்டுள்ளது.

கண்ணனுக்கு வலப்புறம் நிற்கும் பெண்ணின் உடல் பக்கவாட்டில் காட்டப்பட்டு முகம் நேராக அமைக்கப்பட்டுள்ளது. மூவரது கரங்களும் பல்வேறு நிலைகளில் அமைக்கப்பட்டுள்ளன. மூவரும் மலையை உயர்த்தியுள்ள கண்ணனைக் காணுவதையே செய்யினும் பார்வைகளின் கோணங்கள் மாறுபட்டுள்ளன. அதேபோல் இடப்புறமுள்ள பெண் கையில் பற்றியுள்ள சிறுமியின் பார்வை கீழ்நோக்கி அமைக்கப்பட்டுள்ளது.

கண்ணனுக்கு மேலே காட்டப்பட்டுள்ள ஆநிரைகள் இடப் புறமுள்ளவை வலப்புறம் பார்ப்பதாகவும் வலப்புறம் உள்ளவை இடப்புறம் பார்ப்பதாகவும் அமைக்கப்பட்டு அவையும் கண்ணனைச் செயல் மறந்து வியந்து பார்ப்பதாகப் படைக்கப்பட்டுள்ளன.

கண்ணன், பலராமன், அருகில் நிற்கும் ஆயன் ஆகியோர் உடல்கள் பார்வையாளரை நோக்கி வடிவமைக்கப்பட்டுள்ளன.

பால்கறக்கும் ஆயனது உடல் அச்செயலுக்கு ஏற்ப, முதுகுப்புறத்தைக் காட்டுவதாகச் சித்திரிக்கப்பட்டுள்ளது. பசுவின் உடல் பக்கவாட்டில் காட்டப்பட்டு, கன்றினை நாவால் வருடும் பான்மையில் தலை திருப்பப்பட்டுள்ளது. ஆயனது உடலும் கன்றினது உடலும் பசுவினது தலையும் முக்கால் பாகத்திற்கு மேலாகப் பாறைப் பரப்பிலிருந்து வெளிவந்துள்ளன.

குழலூதும் ஆயன் மற்றும் அவன் மனைவி ஆகியோரது முகங்கள் மேல்நோக்கி அமைக்கப்பட்டுள்ளன. உடல்களும் சற்று மேல்நோக்கிய பாவனையில் வடிவமைக்கப்பட்டுள்ளன. ஆனால் ஆய்ச்சியின் கையிலுள்ள குழந்தை நேராக வெளியே பார்த்துக் கொண்டுள்ளது.

மேலே உள்ள ஐந்து ஆநிரைகளின் தலைகளும் நேராகவும் வடக்குத் தெற்காகவும் காட்டப்பட்டுள்ளன.

ஓலைப்பாய் சுமந்து நிற்கும் பெண்ணின் உடல் நேராகச் சித்திரிக்கப் பட்டுள்ளது. அவள் வெளியே பார்த்துக் கொண்டிருக்கும் பான்மையில் உள்ளாள்.

கோடரியுடன் நிற்கும் ஆயனது உடல் சற்றுச் சாய்ந்த நிலையில் நேராகக் காட்டப்பட்டுள்ளது. அவனும் வெளியே பார்த்துக் கொண்டி ருக்கும் தன்மையில் காணப்படுகிறான். ஆனால் அவன் மனைவியோ சற்று அவளது வலப்புறம் நிகழும் நிகழ்வைக் கண்ணுறும் தன்மையில் காணப்படுகிறாள். கைக்குழந்தை நேராகப் பார்த்த வண்ணம் உள்ளது.

பக்கவாட்டில் காட்டப்பட்டுள்ள எருது முன்செல்லும் கன்றினைக் கவனிக்கும் தன்மையில் இருக்க, அதன் மறுபுறம் நிற்கும் பசு தலையைத் திருப்பிப் பார்வையாளர்களைப் பார்க்கிறது.

ஆடிமகிழும் காதலர்களின் உடல்கள் நேராகச் சித்திரிக்கப்பட்டுள் ளன. ஆனால் ஆயனுடைய முகம் முழுமையாக நேராகவும் ஆய்ச்சியின் தலை சற்று பக்கவாட்டில் திரும்பியும் காணப்படுகின்றன.

பசுவுக்கு மேலாகக் காட்டப்பட்டுள்ள மூன்று ஆநிரைகளில் ஒன்றின் தலை நேராகவும் மேலுள்ள இரண்டின் தலைகள் பக்கவாட்டிலும் காட்டப்பட்டுள்ளன.

எருதுக்கு முன்னுள்ள கன்று தெற்குத் திசைநோக்கித் திரும்பி ஆடுவோரை நோக்கும் இயல்பிலுள்ளது. கறவையின் முன்னுள்ள கன்றோ எதிர்க்கோணத்தில் வடக்கு நோக்கித் திரும்பியுள்ளது குறிப்பிடத்தக்கது.

தென்புறத்தில் காட்டப்பட்டுள்ள விலங்குகள் அமர்ந்துள்ள முறைகளும் செயல்களும் ஒன்றிலிருந்து மற்றொன்று மாறுபட்டவை.

கீழ்வரிசையில் உள்ளவற்றில் முதல் மூன்று விலங்குகளும் பாறையை நோக்கி அமர்ந்திருக்க நான்காவதாக உள்ள சிங்கம் அம்மூன்றினுக்கு எதிராக, கிழக்கு நோக்கி அமர்ந்துள்ளது. முதல் சிங்கம் முழுமையாகப் படுத்துத் தலையை உயர்த்தியுள்ளது. இடது முன்காலைச் சற்று உயரத்தூக்கி உள்ளது. ஆனால் அடுத்து மனிதமுகத்துடன் உள்ள விலங்கோ முன்கால்களை ஊன்றி நிமிர்ந்து அமர்ந்துள்ளது. இடது முன்காலைத் தரையை விட்டு உயர்ந்தும் பாவனையில் உள்ளது. அடுத்து நடு உடல்வரை காட்டப்பட்டுள்ள சிங்கம் படுத்துள்ள பான்மையில் முன்கால்களை வைத்துத் தலையை நிமிர்த்தியுள்ளது. எதிர்க்கோணத்தில் கிழக்கு முகமாகச் சிங்கம் முழுதும் நிமிர்ந்த நிலையில் முன்கால்களை ஊன்றியுள்ளது. மேற்பகுதியில் முன்னர் படுத்துள்ள விலங்கு தலையைத் திரும்பிப் பார்க்க, அடுத்துள்ளது முன்கால்களை ஊன்றி அமர்ந்து வடக்குநோக்கிப் பார்த்தவண்ணம் உள்ளது. அதன் உடல் சற்றுக் கூனலாகக் காட்டப் பட்டுள்ளது.

வடக்குப் பக்கம் பாறைச் சரிவில் பாறையை ஒட்டியுள்ள இரண்டு சிங்கங்களில் மேலுள்ளது கிழக்குநோக்கி நேராக அமைக்கப்பட்டுள்ளது.

கீழுள்ள விலங்கு, பாறையை நோக்கி உடல் அமையத் திரும்பிக் கீழே பார்ப்பதாக அமைக்கப்பட்டுள்ளது. அடுத்துள்ள இரண்டு சிங்கங்கள் எதிரெதிராக அமைக்கப்பட்டுள்ளன.

ஒன்றுபோல் மற்றொன்றைப் படைக்காத பல்லவச் சிற்பிகளின் உருவாக்கங்கள் ஒவ்வொன்றும் தனிக் கவன ஈர்ப்பைப் பெறுவதற்கும் இயக்கம் மிக்க இயல்புத் தன்மை கொள்வதற்கும் அழகுணர்ச்சி வழங்கு வதற்கும் இத்தன்மைகளே காரணங்களாகின்றன.

இயல்புகளும் நுட்பங்களும்

கோவர்த்தன மலையுயர்த்தும் காட்சியில் ஒவ்வொரு உருவமும் அவற்றின் செயல்களும் உள்ளத்துணர்ச்சிக்கேற்ப வெளிப்படும் உடல்மொழியும் (Body Language) நுட்பமாகக் கண்டு இன்புறத்தக்கன.

வடபுறத்தில் தோளில் குழந்தையுடன் நிற்கும் ஆயனது உடல் அவன் கோலில் முகவாயினை வைத்து நிற்கும் தன்மையில் சிறிது குனிந்து உடல் சற்று வளைந்துள்ளதைக் காண முடிகிறது. அதே வேளையில் முன்நிற்கும் ஆய்ச்சி தன் தலைமீது உள்ள பானைகளைச் சரிந்திடாது காக்கவேண்டி நிமிர்ந்து நிற்கிறாள். குனிந்த தன்மையால் ஆயனது கழுத்துப் பகுதி காட்டப்படாமலும் தலை நிமிர்ந்துள்ள தன்மையால் ஆய்ச்சியின் கழுத்துத் தெளிவாகவும் காட்டப்பட்டுள்ளன. ஆயன் தன் வலக்காலினைக் கோலினை ஒட்டி வைத்திருப்பதைக் காலினை முழுமையாக வடிக்காமலேயே சிற்பி காட்டியுள்ள திறமும் எண்ணத்தக்கது.

அரசகுலப் பெண்களின் உடல்கள் கண்ணனுக்கு எதிர்ப்புறம் வளைந்துள்ளன. முகம் சற்று மேல் நோக்கியுள்ளது. இவ்வுடல்மொழி, கண்ணனது பேராற்றலைக் கண்டு உள்ளத்தில் எழும் பெருவியப்பைப் புலப்படுத்துகின்றது.

அரசக்குலப் பெண்கள், ஆய்ச்சியின் கீழ் நிற்பதாகக் காட்டப் பட்டுள்ள சிறுமியும் சிறுவனும் சற்று வளர்ந்த குழந்தைகளாதலால் இயல்பாக அவர்களுக்கு மழையில் ஓடியாடி விளையாடும் ஆவலினைக் கட்டுப்படுத்திக் காக்கும் நிலையில் கைகளால் பற்றப்பட்டுக் காட்டப்பட்டுள்ளனர்.

கண்ணனுடைய உடல், சுமையினைத் தாங்கும் பாவனை ஏதுமின்றி, மிக இயல்பாக நிற்கும் நிலையில் காட்டப்பட்டுள்ளது. கால்கள் வைக்கப்பட்டுள்ள முறையாலும் அந்நிலையே உணர்த்தப்பட்டுள்ளது.

ஒரு விளையாட்டுப் பொருளைத் தூக்குவது போல் ஒரு கையால் மாமலையினை எடுத்துள்ள பேராற்றலை அது புலப்படுத்துகிறது. வலக்கை காட்டும் வரதமுத்திரை உலக உயிர்களைக் காக்கும் இறைவனது செயலை வெளிப்படுத்துகிறது.

பலராமன் வலக்கரத்தை இடையில் ஊன்றியும் இடக் காலினைச் சிறு கல் மேடையில் வைத்தும் நிமிர்ந்து நிற்கும் தோரணை அவனது

மாமல்லபுரம்: கிருஷ்ண மண்டபம்

அரச அதிகாரத்தைப் புலப்படுத்துவதாகும். இச்சிற்பத்தில் நிற்போருள் பலராமன் மட்டுமே காலினைச் சிறு கல்மேடைமீது வைத்துள்ளான். அது அவனது அதிகாரத்தினையும் வெற்றிப் பெருமிதத்தையும் உணர்த்துகிறது எனலாம்.

அவனது இடக் கரத்தால் அரவணைக்கப்பட்டிருக்கும் ஆயனது உடல்மொழி வியக்கத்தக்கதாகும். மிக எளிய ஆயனாகிய அவன் அரசனால் தொடப்பட்டதும் பணிவு மேலிடக் கைகளைக் கட்டி யுள்ளான். அரசனுடன் இணையாக நிற்பதற்கஞ்சும் அவனது மன உணர்வு, குறுகி ஒடுங்கும் அவனது உடலில் காணப்படுகிறது. மிக அகன்ற பலராமனது எடுப்பான மார்பு பெருமிதத்தைப் புலப்படுத்துவதுபோல் ஆயனது ஒடுங்கிய மார்பும் கட்டியுள்ள கைகளும் கைகளும் பணிவையும் அச்சத்தையும் புலப்படுத்துகின்றன.

கறவையின் உடல் மிக நுட்பமாக வடிவமைக்கப்பட்டுள்ளது. தன்னுடைய பச்சிளம் கன்றினை நாவால் வருடும் அதனது தாய்மை மயக்கமும் பாசமும் பரிவும் கண்களின் கிறக்கத்தில் தெரிகின்றன. ஆயனது கைகள் மடியினைத் தொட்டதால் எழும் கூச்சத்தில் உடலில் ஏற்படும் குறுக்கமும் வாலினைச் சிறிது உயர்த்தும் நிலையும் மிக இயல்பாகவும் நுண்மையாகவும் காட்டப்பட்டுள்ளன. நீண்ட அதன் வாலும் நுனியிலுள்ள முடிக்கற்றையும் இயல்பான திரட்சியுடன் வடிக்கப்பெற்றுள்ளன. தொங்கும்போது அந்த வால் பெறும் மடிப்பு வளைவுகள்கூட மிக நுட்பமாகக் காட்டப்பட்டுள்ளது வியக்கச் செய்வதாகும்.

தன்னை மறந்து குழலூதும் ஆயன் அருகில் காட்டப்பட்டுள்ள ஆநிரைகள் மெய்மறந்து கேட்கின்றன. ஆயனுக்கு வலப்பக்கமுள்ள எருது இரண்டு செவிகளையும் விடைத்து உயர்த்திக் கேட்கிறது. அடுத்துள்ள எருதோ தன்னை மறந்து குழலிசைக்குத் தலையாட்டுகிறது. ஏனைய மூன்று மாடுகளும் ஆயனுடைய குழலிசைக்குச் செவிசாய்ந்து மயங்கி நிற்கின்றன.

பனையோலைப் பாயுடன் நிற்கும் பெண் கையில் உறியினைச் சுமந்து கொண்டுள்ளதால் பால், தயிர் நிறைந்த அப்பானைகளில் பாரத்தைச் சுமப்பதன் காரணத்தால் அவளது கரம் இடையோடு சேர்ந்து காணப்படுகிறது.

அடுத்து நிற்கும் எருது மற்றும் பசுவின் உடற்கூறுகள் முக்கிய மானவை. இச்சிற்பத்தில் திரண்ட, ஆனால் குறுகிய கொம்புகளால் காளைகளும் நீண்ட கொம்புகளால் பசுக்களும் காட்டப்பட்டுள்ளன எனலாம். காளைகள் உயர்ந்த திமிலுடன் திரண்ட வலிய உடலுடனும் பசு பெரிய திமிலற்ற, மென்மை மிக்க உடலுடனும் காட்டப்பட்டுள்ளன.

காதலர்கள் கால்களை ஒரே மாதிரியாக வைத்துள்ள முறையாலும் பெண்ணின் கையை ஆடவன் பற்றியுள்ள நிலையாலும் அவர்கள் ஆடிக்களிப்பது உணர்த்தப்பட்டுள்ளது. பெண்ணின் இடப் பாதம்

நேராக இருக்க வலப் பாதம் ஊன்றி எடுக்கப்படும் பாவனை அவள் ஆடுகின்ற இயக்கத்தினை உணரச் செய்கிறது.

உயிரியக்கம் (Animation)

தமிழகக் கலை வரலாற்றில் மிகுந்த உயிர்த்துடிப்பு மிக்க சிற்பங்களை உருவாக்கியவர்களில் பல்லவர்க்கு இணை யாருமில்லை எனலாம். அத்தகு உயர்ந்த படைப்புகள் பிற்காலத்தில் மிகக் குறைந்து போனதையும் கலை வரலாற்றாய்வாளர்கள் சுட்டிக் காட்டியுள்ளனர்.

கோவர்த்தன மலையை உயர்த்தி கண்ணன் ஆயர்களையும் ஆநிரைகளையும் காத்தான் என்னும் கதைப் பொருண்மையில் அமையும் சிற்பத்தில் மனிதர்களும் விலங்குகளும் பேய்மழையால் அஞ்சி ஒடுங்கிச் செயலற்றிருப்பது இயல்பு. ஆயினும் ஏழுநாட்கள் தொடர்ந்த மழையால் ஒடுங்கியபோதும் அவர்களிடம் வெளிப்படும் செயலியக்கம் மிக நுட்பமாகவும் அழகாகவும் இச்சிற்பத்தில் வெளிப்படுத்தப்பட்டுள்ளது.

வடபுறத்து மேட்டில் படுத்துள்ள எருதும் தலையைச் சாய்வாகத் திருப்பிப்பார்க்கிறது. தோளில் சுமர்ந்துள்ள ஆயனது குழந்தையும் கைகளைத் தந்தையின் தலைமீது வைத்துத் தன் முகவாய்ப் கட்டையினை அதன்மீது அமைத்து வேடிக்கை பார்க்கிறது. ஓடிவிடாமல் மற்றொரு குழந்தை ஒரு கையால் பற்றியிருக்கிறாள் ஆயமகள் அவனது மற்றொரு கை தலையிலுள்ள பானைகளை விழாமல் தாங்கியுள்ளது.

அரச குலப்பெண்களின் வியப்பு நீங்கவில்லை. அவர்கள் உடலை வளைத்து விழி விரியக் கண்ணனைப் பார்த்து நிற்கின்றனர்.

சுமையெனவே மலையினை உணராமல் மிகச் சாதாரணமாக நிற்கும் கண்ணனது உடல்மொழி அச்செயலின் எளிமையை உணர்த்து கிறது. பலராமனின் தொடுதலும் பணிவும் அச்சமும் கொண்ட ஆயனின் கூச்சம் அவனது உடலியக்கமாக வெளிப்படுகிறது.

தலையினை அசைத்து அசைத்து நாவால் கன்றினை வருடுகிறது பசு. அதன் வாலும் தொங்கி அசைகிறது. ஆவின் மடியிலிருந்து தொடர்ந்து பாலினைக் கறக்கிறான் ஆயன். தன் பரிவுமிக்க தாயின் சொர சொரப்பு மிக்க நாவால் வருடப்பட்டுச் சொக்கிப்போய்ச் சுகமாக நிற்கிறது கன்று.

துளைகளின் மீது விரல்களை மாற்றி மாற்றியமைத்துக் குழலிலிருந்து இன்னிசை வழங்கிக் கொண்டிருக்கிறான் ஆயன். மெய்மறந்து இசைக்கும் அவனிடம் ஏதோ கூற முற்பட்டிருக்கிறாள் ஆயமகள். பாலருந்திய நிறைவில் கைவீசி அமர்ந்துள்ளது குழந்தை. ஆநிரைகளோ அமுதக் குழலிசை கேட்டு அசைகின்றன செவிகளை. உறி சுமந்து நிற்கும் பெண்ணோ சுமைகளின் காரணமாக அடிக்கடி கால்மாற்றி நிற்பாள் போலும்.

தன்னுடைய பயமறியாத இளங்கன்று துள்ளிக்குதித்து விளையாடி நிற்பதைக் கவனமுடன் கண்காணித்து நிற்கிறது எருது. ஏதோ ஓசைகேட்டுத் திடுக்கிட்டுப் பார்க்கிறது பசு.

உலகையே மறந்து தங்கள் காதலுலகில் தனித்திருக்கும் காதலர்கள், தம் உடல்களில் மென்மையும் விரைவும் தோன்ற ஆடுகின்றனர்.

மேற்புறம் காட்டப்பட்டுள்ள ஆநிரைகள் கண்ணனை வியந்து நோக்கியும் குழலிசை கேட்டு மயங்கித் தலையசைத்தும் நிற்கின்றன.

இருபுறத்திலும் உள்ள சிங்கங்கள் கர்ஜித்தும் தலை நிமிர்த்திப் பார்த்து உருமியும் துடிப்புடன் காணப்படுகின்றன. சிற்பத்தில் உள்ள அனைத்தும் இவ்வாறு வியக்கத்தக்க வண்ணம் உயிர்த்துடிப்போடு இயங்குகின்றன.

கோவர்த்தனக் காட்சியைக் குறிக்கும் இந்தியச் சிற்பங்களில் இதுவே உன்னதமானதாகும். எல்லோராவில் வடிக்கப்பட்டிருக்கும் இக்காட்சியைக் குறிக்கும் சிற்பம் கூட இதனருகில் வரமுடியாது.
(C. Sivaramamurti, p. 21)

என்று அறிஞர் சி.சிவராமமூர்த்தி குறிப்பிடுவது இச்சிற்பத் தொகுதிக்கு மிகச் சிறந்த மதிப்பீடும் பாராட்டும் என்பதில் ஐயமில்லை.

○

தொகுப்புரை

பல்லவர் காலத்தில் பக்தி இயக்கம் வீறுகொண்டு எழுந்தது. சைவ, வைணவ மதங்கள் செழிப்புற்றன. ஏராளமான கோயில்களும் இலக்கியங்களும் எழுந்தன.

சிவனுக்கும் திருமாலுக்கும் துர்க்கைக்கும் சுப்பிரமணியருக்கும் முதன்மை தந்து பல்லவர்கள் கோயில்கள் படைத்தனர். குறிப்பாக, மாமல்லையில் திருமாலுக்குத் தனியாகவும் சிவனுடன் இணைந்தும் கோயில்கள் உருவாக்கப்பட்டன. அவற்றில் விஷ்ணுபுராணத்திலிருந்தும் பாகவத புராணத்திலிருந்தும் பெறப்பட்ட நிகழ்ச்சிகள் சார்ந்த சிற்பங்கள் இடம்பெற்றுள்ளன.

கண்ணனது இளம்பருவத்து லீலைகளைக் குறிக்கும் சிற்பங்களுள் கோவர்த்தன மலையைக் குடையாகப் பிடித்த நிகழ்ச்சி ஓர் பரந்துபட்ட புடைப்புச் சிற்பத் தொகுதியாகப் படைக்கப்பட்டுள்ளது.

உயிரோட்டம் மிக்க இச்சிற்பத் தொகுதியில் உள்ள உருவங்கள் ஒத்திசைவாலும் கோணங்களாலும் உணர்வு வெளிப்பாடுகளாலும் ஒப்புயர்வற்றுக் காணப்படுகின்றன. ஆயர்களின் இயல்பான வாழ்வியல் உயிரோட்டத்துடன் சித்திரிக்கப்பட்டுள்ளது. ஆயர்களின் வாழ்க்கையைச் சிற்பிகள் நேரடியாக அறிந்து, படைத்திருக்க வாய்ப்புகள் உள்ள அதே வேளையில், சங்க இலக்கிய முல்லைத் திணைப் பாடல்களும் பல தகவல்களை அவர்களுக்கு வழங்கியிருப்பதை உணரமுடிகிறது. மிக இயல்பாகக் காணப்படும் ஆநிரைகளுடன் சிங்கங்களையும் விந்தை விலங்குகளையும் படைத்துள்ளனர்.

இச்சிற்பத்தின் வெளிப்பயன்பாடும் உருவ அமைதியும் நாகார்ச்சுன கொண்டாச் சிற்ப மரபின் வழிப்பட்டது என்பதை உணரவியலுகிறது.

கடல்மல்லைக் குன்றையே கோவர்த்தனமாகக் கற்பித்துள்ள இச்சிற்பத் தொகுதி அர்ச்சுனன் தவச் சிற்பத் தொகுதியைப் போலவே இயங்கு சிற்பமாகப் படைக்கப்பட்டுள்ளது.

பின்னிணைப்பு - 1

கோவர்த்தன நிகழ்வு

கோவர்த்தனம் என்னும் மலையினைக் குடையாகப் பிடித்துக் கண்ணன் ஆயர்களையும் ஆநிரைகளையும் காத்த நிகழ்ச்சி மகாபாரத்திலும் விஷ்ணு புராணத்திலும் ஸ்ரீமத் மஹா பாகவதத்திலும் விவரிக்கப்பட்டுள்ளது. மகாபாரதத்தை விட ஏனைய இரண்டிலும் சற்று விரிவாக இந்நிகழ்ச்சி விவரிக்கப்பட்டுள்ளது. பெருமாற்றம் ஏதுமின்றி அவ்விரண்டின் விவரிப்புகள் அமைந்துள்ளன.

கோகுலத்தில் பல்வேறு இடையூறுகள் ஏற்பட்டதால் நந்தனும் பிற முதிய ஆயர்களும் ஆலோசனை செய்து ஆயர்களின் இருப்பிடத்தை பிருந்தாவனம் என்னும் அழகிய காட்டுப்பகுதிக்கு மாற்றினர். அங்கே பலராமனும் கண்ணனும் கன்றுமேய்க்கும் வயதை அடைந்தனர். மயிற்பீலிகளைத் தலையிலும் காட்டுமலர்களைக் காதிலும் அணிந்தார்கள். புல்லாங்குழலாலும் இலைகளினாலும் இடையர்களுக்கு உரித்தான ஒலியை எழுப்பினார்கள். ஆயர் சிறுவர்களுடன் மகிழ்ந்து விளையாடிய கண்ணன் காளிங்கன் என்னும் நாகத்தை அடக்கி அதன்மீது ஆடல்புரிந்தும் தேனுகாசுரனைக் கொன்றும் பாலம்பாசுரனை வதைத்தும் லீலைகள் புரிந்தான்.

மழைக்காலம் முடிந்து சரத்காலம் வந்தது. அப்போது இந்திரவிழா வந்தது. அதனைக் கொண்டாட ஆயர்கள் மகிழ்வோடு முனைந்தனர். ‘இந்திரவிழாவை ஏன் கொண்டாடுகிறோம்? அதனைக் கொண்டாடும் முறை என்ன? அதனால் வரும் பலன் யாது?’ எனக் கண்ணன் மூத்த ஆயர்களை வினவினான். அதற்கு அவர்கள், ‘இந்திரன் மேகங்களின் அதிபதியாவான். மேகங்கள் மழைபொழிவதால் உலகில் பயிர்கள் செழிக்கின்றன. அதனால் தான் நமது கால்நடைகள் செழிக்கின்றன. நாமும் நலமுடனும் வளமுடனும் வாழ்கின்றோம். ஆகையால் மழைக் காலம் முடிந்ததும் மகிழ்ச்சியோடு மக்கள் யாகங்களினால் இந்திரனைப் பூசித்து வருகிறார்கள். அதுபோலவே நாமும் செய்து வருகிறோம்’ என்று கூறினர்.

அதனைக் கேட்டதும் கண்ணன், ‘ஐயா! நான் சொல்வதைக் கேட்டருள வேண்டும்! ஆயர் குலத்தவரான நாம் பயிர் செய்தோ வாணிகம் செய்தோ வாழ்வதில்லை. கால்நடை மேய்த்துப் பிழைப்பவர் நாம். ஆகவே நமக்குப் பசுக்களே தெய்வம். கால்நடைகளே நமது வாழ்க்கை. அவற்றால் வாழும் நாம் அவற்றையே பூசிக்க வேண்டும்.

இந்திரன் நமக்கு எதற்காக? நமக்கு வாழ்வளிக்கும் கால்நடைகளையும் அவற்றிற்கு அடிப்படையாக விளங்கும் மலைகளையும் நாம் வழிபட வேண்டும். ஆகவே இந்த கோவர்த்தன மலையை நீங்கள் பூசிக்க வேண்டும்' என்று கூறினான்.

இதனைக் கேட்ட யாதவ மூப்பர்களும் கண்ணனின் வளர்ப்புத் தந்தையாகிய நந்தகோபனும் மகிழ்ந்தனர். கோவர்த்தனத்தையே பூசிக்க இசைந்தனர். மலை வேள்வியைத் (பர்வத யாகம்) தொடங்கினர். மணம்மிக்க மலர்களாலும் நறுமணப் புகைகளாலும் தீபங்களாலும் பூசித்தனர். ஓமம் செய்து தயிர், பாயசம், இறைச்சி முதலியவற்றைப் பலியாகப் படைத்தனர்.

கண்ணன் ஒரு தேவ வடிவில் அம்மலையின் சிகரத்தில் வீற்றிருந்து ஆயர்கள் அளித்த பலிகளை அமுது செய்தருளினான்.

தனக்குச் செய்ய வேண்டிய வழிபாட்டை ஆயர்கள் கைவிட்டதால் எல்லையற்ற சினம் கொண்டான் இந்திரன். அவன் சம்வர்த்தகம் என்னும் மேகக் கூட்டங்களை அழைத்து இடைவிடாது மழைபொழிந்து இடையர்களின் ஆநிரைகளை அழிக்குமாறு கட்டளையிட்டான்.

அதன்படி பெருங்காற்றும் பெருமழையும் சேர்ந்து ஆயர்பாடியை அழித்தன. மழையால் பூமியும் வானமும் மறைந்தன. பசுக்கள் மாண்டவை போல் மூர்ச்சித்து விழுந்தன. கன்றுகள் விழுவது கண்டு மாடுகள் கதறியழுதன. இடையர்கள் இடைச்சியரும் துன்பத்தில் தவித்தனர்.

அவர்களின் துயரத்தையும் ஆநிரைகளின் வேதனையையும் கண்ட கண்ணன் மனமிளகினான். அவர்கள் துன்பத்தைத் துடைக்கத் திருவுளங் கொண்டு கோவர்த்த மலையை ஒரே திருக்கையால் விளையாட்டுப் பொருளைத் தூக்குவதுபோல தூக்கிக் குடையாய்ப் பிடித்தான். ஆயர்களை அழைத்து 'காற்றுக்கும் மழைக்கும் அஞ்சவேண்டாம். இதனடியில் உள்ள நல்ல இடங்களில் அவரவர் விருப்பம் போலச் சுகமாக இருக்கலாம்' என்று அறிவித்தான்.

அதனைக் கேட்டதும் இடையர்கள் அனைவரும் தமது வண்டிகளில் தத்தமது பொருள்களை ஏற்றிக்கொண்டு மாடுகளையும் கன்றுகளையும் ஓட்டிக் கொண்டு அந்த மலையின் அடியில் வந்து சேர்ந்தனர். இடையரும் இடைச்சியரும் மகிழ்ந்தனர். அவர்கள் கண்ணனின் பெருமையைத் துதித்துப் பாடிக் கொண்டிருக்க, அவனும் அந்த மலையை ஆடாமல் அசையாமல் ஒரே கையால் ஏழு நாட்கள் தாங்கிநின்று இந்திரனின் ஆணவத்தை அடக்கினான்.

○

பின்னிணைப்பு - 2

கிருஷ்ண மண்டபம்

கோவர்த்தன மலையை கண்ணன் குடையாக ஏந்திய புடைப்புச் சிற்பக்காட்சி பிற்காலத்தில் வழிபாட்டில் இருந்ததென்பர். மக்கள் நின்று வழிபடுவதற்கேற்ப ஒரு முன்மண்டபம் சிற்பத்தொகுதியின் முன்புறம் எழுப்பப்பட்டுள்ளது.

இது விசயநகர காலத்தில் உருவாக்கப்பட்டதாகலாம். ஏனெனில்,

> விஜயநகர அரசர்களில், அச்சுதராயர், விரூபாக்ஷராயர், ஸ்ரீரெங்கதேவர், வேங்கடபதிராார் ஆகிய அரசர்கள் மாமல்லபுரத்துக் கல்வெட்டு களில் குறிக்கப்பட்டுள்ளனர். இவர்கள் காலத்தில் மாமல்லபுரம் படைவீடு ராஜ்யம் என்ற பெரும்பகுதியில் இருந்ததாக அறிகிறோம். ஜெயங்கொண்ட சோழ மண்டலத்துப் படைவீட்டு ராஜயத்து, ஆமூர் கோட்டத்து ஆமூர் நாட்டு, ஆயிரவேலிப்பற்றில், பூஞ்சேரி சீர்மை இருந்தது என்று கல்வெட்டிலிருந்து அறிகிறோம். இக்கல்வெட்டுகள், கடல்மல்லைத் தலசயனப்பெருமாளுக்கு, திருவிழாக்களுக்காகவும், திருவாராதனைகளுக்காகவும் அளிக்கப் பட்ட மான்யங்களைக் குறிக்கின்றன. ஒரு கல்வெட்டில், வேங்கடபதி தேவர் தாமே மான்யம் அளித்தார் என்றும், அவருடைய தளவாயாக இங்குப் பணிபுரிந்த திருமலை நாயக்கர் இதற்கு ஆவன செய்தார் என்றும் அறிகிறோம். (மாமல்லை, பக். 26–27)

என்று டாக்டர் இரா.நாகசாமி குறிப்பிடுவது இங்குக் கருதத்தக்கது.

சிற்பத்தொகுதியின் முன்னுள்ள தலசயனப்பெருமாள் கோயிலில் காணப்படும் மண்டபம், கோபுரங்களும் குன்றின் மீது காணப்படும் முற்றுப் பெறாத இராயல கோபுரமும் விசயநகரத்தின் படைப்பு களாதலாலும் இம்மண்டபத்தின் தூண்களில் உள்ள சிற்பங்கள் விசயநகர பாணியைச் சார்ந்துள்ளதாலும் இம்மண்டபம் விசயநகர காலத்தது என உறுதி கொள்ளலாம்.

இம்மண்டபம் சிற்பத்தொகுதியின் மேல், பாறையிலிருந்து விதானம் அமைக்கப்பட்டு, இருபுறமும் சுவர்களுடன் காணப்படுகிறது. இதில் பதினாறு தூண்கள் மூன்று வரிசையாக அமைந்துள்ளன.

முதல் வரிசை

அரைத்தூண்கள் — இரண்டு *(1, 6)*

சிம்மத் தூண்கள் — நான்கு *(2–5)*

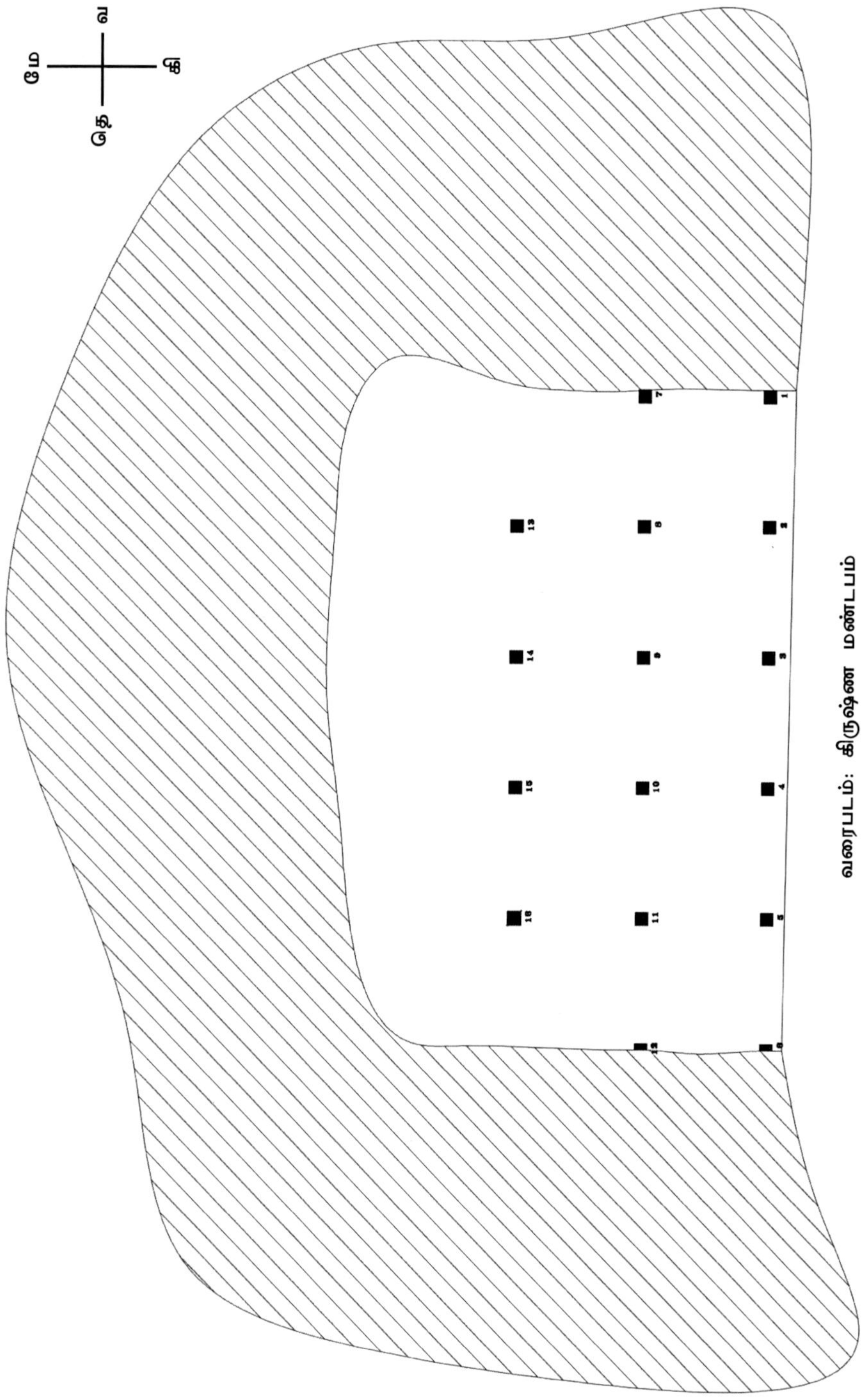

வரைபடம்: கிருஷ்ண மண்டபம்

மாமல்லபுரம்: கிருஷ்ண மண்டபம்

கன்றுடன் காமதேனு
தூண் - 13

இராமானுசர்
தூண் - 13

இரண்டாம் வரிசை

    அரைத்தூண்கள் — இரண்டு (7, 12)

    சிம்மத்தூண்கள் — இரண்டு (9, 10)

    முழுத் தூண்கள் — இரண்டு (8, 11)

    (சிம்மம் அற்றவை)

மூன்றாம் வரிசை

    முழுத்தூண்கள் — நான்கு (13—16)

தூண் சிற்பங்கள்

    சில தூண்களின் கீழ், பட்டைப்பகுதியில் சிற்பங்கள் காணப்படுகின்றன.

தூண் - 8

    கிழக்குப் பக்கம் — பத்ர பூரிமம்

    மேற்குப் பக்கம் — நரசிம்மர் (அமர்ந்த நிலையில் ராஜலீல ஆசனம்)

    வடக்குப் பக்கம் — கருடன் (நின்ற நிலை)

    தெற்குப் பக்கம் — இராமர் (நின்ற நிலை)

இடையன்
தூண் - 15

காளிங்க நர்த்தனம்
தூண் - 16

தூண் - 11

    கி.ப. — கருடன்

    மே.ப. — சிம்மம்

    வ.ப. — கையில் இடுக்கிய வாளுடன் வழிபட்டு நிற்கும் உருவம்.

    தெ.ப. — வழிபடும் அடியவர்

தூண் - 13

    கி.ப. — உயர்த்திய வாளுடன் சிம்மத்தின்மீது செல்லும் வீரன்

    மே.ப. — சதுரக்கருக்கு

    வ.ப. — கன்றுடன் காமதேனு

    தெ.ப. — இராமானுசர்

தூண் - 14

    கி.ப. — இராமானுசர்

    மே.ப. — சதுரக்கருக்கு

    வ.ப. — வழிபடும் அடியவர்.

    தெ.ப. — கையில் பாம்புடன் சிம்மத்தின்மீது அமர்ந்துள்ள பூதகணம்.

தூண் - 15

    கி.ப. — சதுரக் கருக்கு
    மே.ப. — சதுரக் கருக்கு
    வ.ப. — இடையன்
    தெ.ப. — இடையில் குறுவாளுடன் வீராசனத்தில் அமர்ந்துள்ள அரச உருவம்.

தூண் - 16

    கி.ப. — காளிங்க நர்த்தனம்
    மே.ப. — அமர்ந்துள்ள சிம்மம்
    வ.ப. — அமர்ந்துள்ள சிம்மம்
    தெ.ப. — வழிபடும் அரசன் உருவம்

பின்னிணைப்பு - 3

திருக்குறுங்குடி - கடல்மல்லை
கோவர்த்தன மலைக்காட்சிகள்

திருநெல்வேலி மாவட்டம், திருக்குறுங்குடி நின்றநம்பி திருக் கோயிலில் உள்ள கி.பி.15ஆம் நூற்றாண்டுத் தொடக்கத்தியதாகக் கருதப்படும் விரிவாக்கக் கட்டடப் பகுதிகளில் அழகிய சிற்பக் காட்சிகள் சித்திரிக்கப்பட்டுள்ளன. கண்ணன் வெண்ணை திருடுதல், கஜேந்திர மோட்சம், இராமன் அம்பின் கூர்மை சோதித்தல், திரிவிக்கிரம அவதாரம் ஆகிய காட்சிகளுடன் கோவர்த்தன மலைக்காட்சியும் எழிலுறத் தீட்டப்பெற்றுள்ளது.

கோவர்த்தனத்தை கண்ணன் தன் வலக்கையினால் உயர்த்திக் குடையாய்ப் பிடித்து இடையர்களையும் ஆநிரைகளையும் மழையின்று காக்கும் காட்சி சிறு சிற்பமாக வடிக்கப்பெற்றுள்ளது. விஷ்ணுபுராணம் மற்றும் ஸ்ரீமத் பாகவதம் ஆகியன விவரிக்கும் தன்மையில் இங்குக் காட்சி சித்திரிக்கப்பட்டுள்ளது.

இக்காட்சி காட்டப்பட்டுள்ள முறையை நாம் இரண்டாகப் பகுத்துணரலாம். கோவர்த்தனத்தின்மீது பாறைப் பகுதிகள் காட்டப் பெற்று அவற்றில் வனவிலங்குகள் காட்டப்பட்டுள்ளன. அதற்கு மேலாக நான்கு முனிவர்கள் கூப்பிய கரங்களுடன் கண்ணனை எண்ணி வணங்கும் நிலையில் சித்திரிக்கப்பட்டுள்ளனர்.

கோவர்த்தனக் காட்சி, திருக்குறுங்குடி

மாமல்லபுரம்: கிருஷ்ண மண்டபம்

நான்கு கரங்களுடன் அமர்ந்த நிலையில் தெய்வ உருவமொன்றும் அதன் வலப்புறத்தில் காளை இடப்புறத்தில் யானை ஆகியனவும் காட்டப்பட்டுள்ளன. இத்தெய்வ உருவம் கண்ணனாகலாம். ஏனெனில் 'ஆயர்கள் கோவர்த்தனத்தைப் பலி பிண்டங்களிட்டு வழிபட்டபோது கண்ணன் ஒரு தேவ ரூபமாய் அந்தக் கோவர்த்தன மலையின் சிகரத்தில் வீற்றிருந்து, 'தான் தான் இந்தப் பர்வததேவதை' என்று கோபாலர்கள் போட்ட அன்னபலிகளையெல்லாம் அமுது செய்தருளினான்' என்று விஷ்ணு புராணம் கூறுகிறது. (துர்க்காதாஸ் எஸ்.கே.ஸ்வாமி, ப. 364)

> அந்தச் சமயத்தில் ஸ்ரீகிருஷ்ணனும் கோபர்களுக்கு நம்பிக்கை யுண்டு பண்ணுவதற்காகப் பெரிதான வேறு ஸ்வரூபத்தை யெடுத்துக் கொண்டு 'நான் பர்வதம்' என்று சொல்லிக்கொண்டு 'பர்வதத்திற்கு' என்று போடப்பட்ட பலியைப் புஜித்தார்.

என்று ஸ்ரீமத் பாகவதம் (ஸி.சிவராம சாஸ்திரிகள், ப. 216) கூறுகிறது. ஆகவே மலையின் மீது அமர்ந்துள்ள உருவம் வேற்று வடிவில் அமர்ந்துள்ள கண்ணன் எனலாம்.

மலையின் அடிப்பகுதிக் காட்சி இரண்டு வரிசைகளில் அமைக்கப் பட்டுள்ளது. கண்ணனை அடுத்துள்ள முன்வரிசையில் உள்ளோர் முழுமையாகக் காட்டப்பட்டுள்ளனர்.

ஆயர்கள் தம் வண்டிகளையும் கொண்டு வந்தார்கள் என்று பாகவதம் கூறுவதற்கேற்ப ஒரு வண்டி காட்டப்பட்டுள்ளது. அதன் பின்பகுதியில் இரண்டு அடுக்குகளாக ஆறு பானைகள் காட்டப் பட்டுள்ளன. வண்டியின் நடுவிலும் முன்புறமும் வயது முதிர்ந்த பெண்கள் இருவர் காட்டப்பட்டுள்ளனர். இருவரும் முதுமைகேற்ப உடல் தளர்ந்தும் குளிரில் மிக நடுங்கியும் காணப்படுகின்றனர். முன்னுள்ள கிழவியின் முதுகினைப் பற்றிய வண்ணம் குழந்தையொன்று நிற்கிறது. வண்டி இயல்பாகச் சாய்ந்திருக்க அதன்கீழ் மூன்று ஆடவர்கள் குளிரில் நடுங்கிய வண்ணம் அமர்ந்துள்ளனர்.

கண்ணனது இடதுபுறம் ஓர் எருதும் மூன்று பசுக்களும் அவற்றின் மூன்று கன்றுகளும் காட்டப்பட்டுள்ளன. அவை கண்ணன் கரத்திலிருந்து ஏதோ ஓர் உணவினைப் பெறத் தலை நிமிர்த்தி முயல்கின்றன.

அலையலையாகக் காட்சி பிரிக்கப்பட்டு அடுத்த வரிசை காட்டப்பட்டுள்ளது. தோற்றநிலைகளை (Perspective) உணரும் வண்ணம் அவ்வரிசையில் உள்ள உருவங்கள் முக்கால் பங்கு மட்டுமே காட்டப் பட்டுள்ளன. தலையிலும் தோளிலும் சுமைகளைச் சுமந்தவர்கள் கண்ணனது வலப்புறம் நிற்கின்றனர். முதலில் உள்ள பெண் இடையில் குழந்தையினைத் தாங்கியுள்ளாள். கண்ணனின் வலப்புறம் மகுடமணிந்த இரு ஆடவர்களும் குளிரில் நடுங்கும் இரண்டு பெண்களும் காட்டப் பட்டுள்ளனர். மகுடங்களும் ஆடைகளும் அணிகலன்களும் அவர்களை அரச குலத்தினராகக் காட்டுகின்றன. வலது கோடியில் நிற்கும் உருவம் இடது கையில் கலப்பை போன்ற ஆயுதத்தை ஏந்தியுள்ளதால் பலராமனாகக் கருதத்தக்கது.

இச்சிற்பம் மிகச் சிறிய பரப்பில் நுட்பமாகவும் இயற்கையாகவும் தீட்டப்பட்டுள்ளது. அரச குலத்தினரும் இடையினரும் உருவ அமைப்பாலும் ஆடை அணிகலன்களாலும் சிறப்புற வேறுபடுத்தப் பட்டுள்ளனர். அதேபோல் இடையர்களின் வயதிற்கேற்ற உடலமைவுகள் மிக நுட்பமாகக் காட்டப்பட்டுள்ளன. குளிரில் நடுங்குவோர் இரண்டு கைகளாலும் மார்பின் குறுக்கே கட்டிக் கொள்ளல், உள்ளங்கைகளைத் தேய்த்துக் கன்னத்தில் வைத்துக்கொள்ளல், உடலினைச் சுருக்கிக் குந்தவைத்து அமர்ந்து கொள்ளல் ஆகியன மிக இயல்பாகக் காட்டப் பட்டுள்ளன. மலையின் தன்மையும் அவற்றின் விலங்குகளும் மிக யதார்த்தமாகச் சித்திரிக்கப்பட்டுள்ளன. இயல்பும் நுட்பமும் மிக்க இச்சிற்பம் சிறந்ததொரு கலைப் படைப்பு என்பதில் ஐயமில்லை.

கடல்மல்லை பல்லவச் சிற்பிகளின் படைப்பிற்கும் இவ்விலக்கியங் களே அடிப்படையாக அமைந்த போதிலும் இயற்கையாக அதனை வடிப்பது என்ற நிலையில் காட்டாமல் மிகச் சுதந்திரமாகவும் வேறுபட்ட நோக்கத்துடனும் செயல்பட்டுள்ளமையை உணரமுடிகிறது.

வண்டியில் ஆயர்கள் வந்தனர் என்பதோ கண்ணன் மலைமீதிருந்து பலியினை உண்டான் என்பதோ காட்டப்பெறவில்லை. மாறாக, குழந்தையைச் சுமந்து ஆயன் குடும்பம் நிற்பது, கண்ணனைக் கோபியர்கள் வியந்து நிற்பது, பலராமன் இடையனை நேயமுடன் அணைத்து நிற்பது, கறவையில் பால் கறத்தல், ஆயன் குழல் ஊதுதல், பானைகளுடனும் உரியுடனும் ஆய்ச்சி நிற்றல், காதலுற்று ஆயனும் ஆயமகளும் ஆடல் ஆகியன தனித்தனி நிகழ்வுகளாகவும் தனித்தனிக் குடும்பங்களாகவும் நுட்பமாகச் சித்திரிக்கப்பட்டுள்ளன.

ஆயர்கள் – அரசகுலத்தினர் ஆடை அணிகலன்களால் நுட்பமாக வேறுபடுத்திக் காட்டப்பட்டுள்ளனர். அத்துடன் அவர்தம் பாய், உரி, குழல், கோடரி முதலிய புழங்கு பொருள்களும் காட்டப்பட்டுள்ளன. இவற்றுடன் விந்தையான விலங்குகளும் இயல்பான விலங்குகளும் காட்டப்பட்டுள்ளன.

குளிரில் நடுங்கி நிற்பது போன்ற பாவனையில் யாரும் காட்டப்பட வில்லை. குளிரின் தாக்குதலும் இல்லாமல் அவர்கள் பாதுகாப்பினைப் பெற்று நிற்பதைக் உணர முடிகிறது.

ஆகவே, சங்க இலக்கிய முல்லைத் திணைப் பாடல்கள் காட்டும் முறையில் குடும்ப அமைப்புகளும், புழங்கு பொருட்களும் நிகழ்ச்சிச் சித்திரிப்புகளும் இடம் பெற்றுள்ளதுடன் 'பாதுகாப்பு' என்ற பொருண்மை இச்சிற்பத்தொகுதியின் ஒவ்வொரு கூறிலும் வெளிப்படும் வண்ணம் உன்னதமாகப் படைக்கப்பட்டுள்ளது.

பின்னிணைப்பு - 4

கடல்மல்லையின் கண்ணன் சிற்பங்கள்

கடற்கரைக் கோயிலிலும் தர்மராசரதத்திலும் கண்ணன் தொடர்பான சிற்பங்கள் வடிக்கப்பெற்றுள்ளன.

கடற்கரைக் கோயில் சுவர்களில் வடிக்கப்பட்டிருந்த சிற்பங்கள் மிகவும் தேய்வுற்று இருக்கின்றன. அழிவுற்றவை போக எஞ்சியவற்றுள் இரண்டு சிற்பங்களை கண்ணன் கதை நிகழ்ச்சிகளாகக் கண்டறிய முடிகிறது.

காளிங்கமர்த்தனம்

இரமணக தீபம் எனும் இடத்தில் நாகங்கள் வாழ்ந்தன. அங்கிருந்த மக்கள் தங்களுக்கு நாகங்களால் தொல்லை விளையாதிருக்க அவற்றிற்குப் பூசைகள் செய்து படையல்கள் இடுவதை வழக்கமாகக் கொண்டிருந்தனர். நாகங்கள் அப்படையல்களில் ஒரு பகுதியினைக் கருடனுக்குச் சமர்ப்பித்து வந்தன. ஆனால் காளிங்கன் என்னும் நாகம் கருடனை எதிர்த்தது; படையலில் பாகம் தர மறுத்தது. இதனால் சினமுற்ற கருடன் அந்நாகத்துடன் கடுமையாகப் போரிட்டது. காளிங்கன் தோற்றது.

ஆயினும் முனிவர் சாபத்தால் கருடனால் அணுக முடியாதிருந்த ஒரு மடுவில் சென்று தன் குடும்பத்தோடு ஒளிந்து வசித்து வந்தது. அது தன் ஆயிரம் தலைகளாலும் வெளிப்படுத்திய நஞ்சு தீயாகப் பரவி மடுவினைச் சூழ்ந்திருந்த புல், பூண்டு முதலிய எல்லா உயிர் களையும் அழித்தது.

கண்ணன் ஆயர்களுடன் ஒருநாள் ஆநிரை மேய்த்திருந்த போது அம்மடுவில் நீர்பருகச் சென்ற ஆநிரைகள் துடித்துவிழுந்து செத்தன; ஆயர் சிறுவர்களும் மயங்கிச் சாய்ந்தனர்.

ஆணவம் கொண்ட நாகத்தை அழிக்க முடிவுசெய்த கண்ணன், மடுக்கரையில் அமிர்தத் துளி விழுந்தமையால் பிழைத்திருந்த கடம்ப மரத்தில் ஏறி மடுவில் குதித்தான். காளிங்கனுக்கும் கண்ணனுக்கும் கடுமையாகப் போர் நடைபெற்றது. காளிங்கன் தன் கொடிய நச்சுப் பற்களால் கடித்துவிட முயன்றான். கண்ணன் மடுவில் குதித்ததைக் கேள்விப்பட்ட ஆயர்கள் ஓடிவந்து பதறித் துடித்து நின்றனர்.

காளிங்கமர்த்தனம், கடற்கரைக் கோயில்

மாமல்லபுரம்: கிருஷ்ண மண்டபம்

காளிங்கமர்த்தனம், தர்மராசரதம்

கண்ணன் மடுவினுள் பேருருவம் எடுத்தான். காளிங்கனது எலும்புகள் நொறுங்கின. அவன் தன் பிடியை விடுத்தான். உடனே கண்ணன் அவனது வாலைப் பிடித்துத் தூக்கி வானில் சுழற்றினான். காளிங்கன் செயலிழந்தான். கண்ணன் அவனது தலைமீது குதித்தேறி, ஒரு கரத்தால் வாலைப் பிடித்துக்கொண்டு தலையின் மீது நடனமாடத் தொடங்கினான்.

பின்னர் நாக அரசியர் காளிங்கனுக்கு உயிர்ப்பிச்சை வேண்ட, மன்னித்து விடுத்தான். கண்ணனது இவ்வெற்றியே காளிங்க நர்த்தன மெனப் புகழப்படுகிறது.

கடற்கரைக் கோயில் நரபதிசிம்ம பல்லவ விஷ்ணு கிரகம் எனப்படும் பள்ளிகொண்டருளிய தேவர் கோயில் முன்மண்டப வடபுறச் சுவரில் இக்காட்சியே சித்திரிக்கப்பட்டுள்ளது. இடைவரையில் மனித உடலுடன் காட்டப்பட்டுள்ள காளிங்கனது தலைமீது ஐந்து நாகத் தலைகள் சித்திரிக்கப் பட்டுள்ளன. இடையிலிருந்து நாக வடிவிலுள்ள அவனது வாலினை கண்ணன் தன் இருகரங்களாலும் பற்றித் தலைக்குமேல் உயர்த்தியுள்ளார். வலது கரத்தால் உயர்த்தப்பட்டுள்ள வாலின் மீதமுள்ளபகுதி செயலற்றுத் தொங்குகிறது. கண்ணன் தன் இடது காலினை காளிங்கனது நாகத் தலையின் மீது ஊன்றியுள்ளான். வளைந்து, விரிந்து, நிமிர்ந்துள்ள அவனது மார்பு ஆற்றலையும் வெற்றியையும் காட்டும் அதே வேளையில் ஒடுங்கி யுள்ள காளிங்கனது மார்பு, அவனுடைய ஒடுக்கத்தினையும் தோல்வியை யும் காட்டுகின்றது.

தர்மராச இரதம் இரண்டாம் தளத்தின் தென்புறத்தில் காளிய மர்த்தனக் காட்சி இடம்பெற்றுள்ளது. வெளிப்பாட்டு நிலையில் கடற்கரைச் சிற்பம் போலவே ஒரு காலைக் காளிங்கன் தலைமீது ஊன்றி வாலினைப் பற்றி உயரத் தூக்கி நிற்கும் பான்மையிலேயே இச்சிற்பம் இருப்பினும் சிற்சில வேறுபாடுகள் காணப்படுகின்றன.

கடற்கரைச் சிற்பத்தில் கண்ணன் இடது காலினைக் கீழே ஊன்றி வலது காலினைக் காளிங்கன் தலைமீது வைத்திருக்க, தர்மராச ரதத்தில் இடது காலினைத் தலைமீது ஊன்றியுள்ளதாக வடிக்கப் பெற்றுள்ளது. காளிங்கனது வால்பகுதி கண்ணனது உடலின் வெளிப்புறமாகப் பிடிக்கப்பட்டிருக்கும் கடற்கரைச் சிற்பத்திற்கு மாறாக, அவன் கால்களுக்கிடையே மேலெடுக்கப்பட்டு உயர்த்திப் பற்றப்பட்ட நிலையில் தர்மராசரதச் சிற்பம் காணப்படுகிறது. கடற்கரைக் கோயில் சிற்பத்தில் ஆறு தலை நாகம் காளிங்கன் தலையின் பின்புறம் காட்டப்பட்டு முகம் சற்று கீழ்நோக்கும் பான்மையில் நேராக வடிக்கப்பட்டுள்ளது. தர்மராசரதத்தில் நான்கு நாகத் தலைகள் கொண்ட காளிங்கன் கீழே சரிந்து கிடக்கும் நிலையில், வலமாகத் திரும்பி, வலக்கரத்தை வலிதோன்ற உயர்த்தி மன்றாடுவதாக வடிக்கப்பெற்றுள்ளது.

கேசி வதம்

கம்சனால் ஏவப்பட்ட கேசி என்னும் அசுரன் வான் வழியாகப் பிருந்தாவனத்தை அடைந்தான். 'பனையளவு உயரமும் சிவந்த பிடரியும், கொடூரமான விழிகளும் திறந்த நாசியும் கொண்ட' பேருருவுடைய

கேசி வதம், கடற்கரைக் கோயில்

குதிரை வடிவெடுத்தான். அதனைக் கண்ட ஆயர்கள் அஞ்சி நடுங்கினர். கண்ணனிடம் அபயம் வேண்டினர்.

வந்துள்ளது அசுரன் என்றுணர்ந்த கண்ணன் அக்குதிரையுடன் தீரமாக மோதினான். எவ்வளவோ போராடியும் கண்ணனை வெல்ல முடியாத கேசி சோர்ந்தான். அப்போது அவன் வாயில் கரத்தினைச் செலுத்தி வயிற்றுள் நுழைத்த கண்ணன் அவனை இரண்டாகப் பிளந்தெறிந்தான்.

இந்நிகழ்ச்சியே காளியமர்த்தனத்திற்கு அருகில் கிழக்கு நோக்கிச் சித்திரிக்கப்பட்டுள்ளது. கேசியின் குதிரை உடல் மிகத் திரட்சி வாய்ந்த தாகப் படைக்கப்பட்டுள்ளது. குதிரையின் வால் இயல்பான துடிப்போடு காணப்படுகிறது.

தன் வலக்காலினைத் தரையில் ஊன்றியும் இடக்காலினைக் குதிரை மீது வைத்தும் நிற்கும் கண்ணன், குதிரையின் வாயினை இரண்டு கரங்களால் பிளக்கும் நிலை ஆற்றலுடன் சித்திரிக்கப்பட்டுள்ளது.

○

துணைநூற் பட்டியல்

அருணாசலக் கவுண்டர், கு.   1982   தமிழ் பண்பாட்டில் வைணவம், சமுதாயம் பிரசுராலயம், கோவை.

இராசவேலு, சு.   2007   தொல்லியல் சுடர்கள், சேகர் பதிப்பகம், சென்னை.

கலைக்கோவன், இரா.   1996   வரலாறு — 6, டாக்டர் மா. இராசமாணிக்கனார் வரலாற்றாய்வு மையம், திருச்சிராப்பள்ளி.

காசிநாதன், நடன.   2000   மாமல்லபுரம், மணிவாசர் பதிப்பகம், சென்னை.

காந்திதாசன், மா.   1988   தமிழகத்தில் முருக வழிபாடு, குமரன் பதிப்பகம், மதுரை.

காளிதாஸர்,   1982   குமார ஸம்பவம், வேங்கட ராகவாசார்யர், வே.ஸ்ரீ. தி லிட்டில் ப்ளவர் கம்பனி, சென்னை.

கிருஷ்ணமாசாரியார், நடாதூர்,   1978   ஸ்ரீமஹாபாரதம் புரிசை (ஆதிபர்வம்), நரஸிம்ஹராகவாசாரியார், திருக்கள்ளம். ஸ்ரீந்ருஸிம்ஹப்ரியா வெளியீடு சென்னை.

கிருஷ்ணமூர்த்தி, ச.	2000	துர்க்கை வழிபாடும் சிற்பங்களும், மணிவாசகர் பதிப்பகம், சென்னை.
கோவிந்தராசன், சி.	1987	கல்வெட்டுக் கலைச்சொல் அகரமுதலி, மதுரை காமராசர் பல்கலைக்கழகம், மதுரை
சிங்காரவேலு முதலியார், ஆ.	....	அபிதான சிந்தாமணி, ஏசியன் எடுகேஷனல் சர்வீஸஸ் சென்னை.
சிவராம சாஸ்திரிகள், ஆர்., (மொ.ஆ.).	....	ஸ்ரீமத் பாகவதம், பாகம்— 5 ஸ்ரீபகவான் பப்ளிகேஷன்ஸ், சென்னை.
சீனிவாசன், கே.ஆர்., வேங்கடராமன், சு. (மொ.ஆ.).	....	தென்னிந்தியக் கோயில்கள் நேஷனல் புக் டிரஸ்ட், இந்தியா புதுதில்லி
சேக்கிழார்தாசன், கிருஷ்ணன், ரா.	1987	முழுதும் அழகிய குமரன், திருப்புகழ் பதிப்பகம், சென்னை.
நளினி, மு. கலைக்கோவன், இரா.	2004	அத்யந்தகாமம், டாக்டர் மா.இராசமாணிக்கனார் வரலாற்றாய்வு மையம், திருச்சிராப்பள்ளி.
நாகசாமி, இரா.	1968	மாமல்லை, தமிழ்நாடு அரசு தொல்பொருள் ஆய்வுத் துறை, சென்னை.
பரிமணம், அ.மா., & பாலசுப்பிரமணியன், கு.வெ. (பதி.ஆ.)	2007	குறுந்தொகை (இரு தொகுதிகள்) அகநானூறு (இரு தொகுதிகள்) ஐங்குறுநூறு (இரு தொகுதிகள்) கலித்தொகை நற்றிணை, நியூ செஞ்சுரி புக் ஹவுஸ் (பி) லிட், சென்னை.

பாலுசாமி, சா.,	2009	அர்ச்சுனன் தபசு (மாமல்லபுரத்து இமயச் சிற்பம்) காலச்சுவடு பதிப்பகம், நாகர்கோயில்.
பிள்ளை, கே.கே.	2002	தமிழக வரலாறு — மக்களும் பண்பாடும், உலகத் தமிழாராய்ச்சி நிறுவனம், சென்னை.
மயில்வாகனன், சிதம்பரம்.	2004	வரலாற்றில் சிதம்பரம் நடராஜர் கோயில், தொகுதி—1 மெய்யப்பன் பதிப்பகம், சிதம்பரம்.
ராமநாதன், அரு.,	1985	விஷ்ணு புராணம், பிரேமா பிரசுரம், சென்னை.
ஸ்வாமி, துர்க்காதாஸ், எஸ்.கே.	1985	விஷ்ணு புராணம் பிரேமா பிரசுரம், சென்னை.
ஜம்புநாதன், என்.ஆர்.	1934	வேத சந்திரிகை, ஜம்புநாதன் புஸ்தகசாலை, சென்னை.
ஜெயஸ்வாஸ், சுவீரா.	1991	வைணவத்தின் தோற்றமும் வளர்ச்சியும் இந்தியன் கவுன்ஸில் ஆப் ஹிஸ்டாரிகல் ரிசர்ச், நியூதில்லி.
......		கல்வெட்டு — இதழ் — 9, தமிழ்நாடு அரசு தொல்பொருள் ஆய்வுத் துறை, நள ஆண்டு சித்திரைத் திங்கள்.
Banerjee, P.	1994	*The Life of Krishna in Indian Art*, Publication Division, Ministry of Information and Broadcasting, New Delhi.

Fyson, D.R.	1949	*Mahabalipuram or Seven Pagoda,* Higginbothams, Madras.
John Samuel, G. and Others	1998	*Souvenir, The First International Comference Seminar. On Skanda - Murugan* Institute of Asian Studies, Madras.
Kinsley, David R.,	1995	*The Sword and the Flute,* Motilal Banarsidass Publishers, Delhi.
Krishnamurthy, K.	1985	*Mythical Animals In Indian Art,* Abhinav Publication, New Delhi.
Longhurst, A.H.	1938	*The Buddhist Antiquities of Nagarjunakonda,* Madras Presidency, Manager Publication, Delhi.
Longhurst, A.H.	1998	*Pallava Architecture (Part.II)* Intermediate or Mamalla Period Archaeological Survey of India, Delhi.
Lockwood, Michael	1993	*Mamallapuram - A Guide to the Monuments,* Tambaram Research Associates, MCC, Tambaram Chennai.
Lockwood, Michael. with Vishnu Bhat,A.,Gift Siromoney, Dayanandan,P.	2001	*Pallava Art* Tambaram Research Associates. Madras.
Minakshi, Dr.G.	1977	*Administration and Social life under the Pallavas,* University of Madras, Madras.

Rabe, Dr. Michael D.	2001	*The Great Penance at Mamallapuram,* Institute of Asian Studies. Chennai.
Ramachandra Rao, P.R.,	1956	*The Art of Nagarjunikonda,* Rachana, Madras.
Ramkrishna Gopal Bhandarkar.	1983	*Vaisnavism, Saivism and Minor Religious Systems,* Asian Education Services, New Delhi.
Ratan Parimoo (Ed.)	1987	Vaisnavism in Indian Arts and Culture Books & Books New Delhi.
Srinivasan, K.R.	1964	*Cave Temples of the Pallavas,* Archaeological Survey of India, New Delhi.
Sivaramamurti.C.	1994	*South Indian Paintings,* Publication Division. New Delhi.
Sivaramamurti.C.	1992	*Mahabalipuram,* Archaeological Survey of India New Delhi.

O

சொல்லடைவு

அ

அகநானூறு 90, 102, 104, 105, 107
அசுரர் 35, 49
அத்யந்தகாமம் 57
அதிரணசண்டேசுவரம் 29, 33, 35, 36, 60
அப்ஸரஸ் 52
அமராவதி 123, 127
அர்ச்சுன ரதம் 43, 45, 47, 49, 51, 57
அர்ச்சுனன் தபசு 34, 35, 50, 60, 119, 135
அஜந்தா 123, 127

ஆ

ஆடல் அரங்கு 57
ஆடல் மேடை 21
ஆடு 51
ஆதிவராகர் குகை 51
ஆமூர்க் கோட்டம் 29
ஆய்ச்சி 89, 108, 129, 130, 131
ஆயர் 89, 107, 109, 114, 115, 118, 133, 135
ஆயன் 90, 102, 103, 105, 108, 114, 116, 129, 130, 131, 132
ஆர்க்காடு கிழார் 104
ஆரியர் 50

இ

இடைக்காடனார் 90, 100, 107
இடைச்சி 91, 92, 98, 100, 106, 116, 117, 118, 127
இடையர் 90, 114, 118, 123, 127
இடையன் 91, 95, 97, 100, 102, 105, 107, 108, 117, 118

இந்திரன் 23, 42, 43, 45, 49, 50, 53, 56, 57, 60, 66, 89, 114
இந்திரவிழா 21
இந்திராணி 42
இயங்கு சிற்பம் 118, 123, 135
இரண்டாம் குலோத்துங்கன் 49
இரண்டாம் நரசிம்மன் 22
இராசசிம்மன் 22, 57, 60, 63, 65
இக்ஷ்வாகுப் பேரரசு 123

உ

உச்சைச்சிரவம் 52
உமை 22, 42
உருளை வடிவக் கோயில் 27, 57, 61, 63
உற்சவ மண்டபம் 21
உறி 90

எ

எல்லோரா 65

ஐ

ஐங்குறுநூறு 102
ஐயனார் 42, 43
ஐராவதத்தான் 49
ஐராவதம் 50

ஒ

ஒற்றைக் கற்றளி 23, 24, 36, 43

க

கட்டுமானக் கோயில் 23, 24
கடற்கரைக் கொற்றவைக் கோயில் 24, 26
கடற்கரைக் கோயில் 29

கடியலூர் உருத்திரங்கண்ணனார் *106*
கண்ணன் *89, 92, 114, 115, 116, 118, 122, 123, 126, 127, 129, 131, 133, 134, 135*
கணேச ரதம் *51, 63*
கருடன் *51*
கலித்தொகை *98, 108, 109, 110*
கலைமான் *51*
கற்பனை விலங்கு *127*
கறவை *97, 100, 114, 117, 130, 132*
கஜவாகனன் *49*
கஜாரூடன் *49*

கா

காசிநாதன். நடன., *43*
காடவர்மன் இரண்டாம் கோப்பெருஞ்சிங்கன் *49*
காம்போதி *103*
காமதேனு *52*

கு

குடைவரைக் கோயில் *23, 24, 43*
குதிரை *33, 40, 50, 51, 52*
குப்தர் *21, 50*
குரவை *108*
குழலிசை *103, 114, 132, 133, 134*
குறுந்தொகை *99*

கூ

கூட்டுக்கோயில் *21, 23, 67*

கொ

கொற்றவை *21, 24, 33, 35, 36, 56, 60*
கொற்றவைக் கோயில் *21, 41*
கொற்றவையின் சிறு சிம்மக்கோயில் *38, 66*

கோ

கோடரி *47, 97, 106, 107, 108, 114, 115, 117, 130*
கோடிக்கால் மண்டபம் *39*
கோவர்த்தனம் *89, 94, 114, 117, 122, 123, 126, 127, 129, 131, 133, 134, 135*
கோவலர் *107*

கை

கைலாசநாதர் கோயில் *63, 65*

ச

சகாதேவ ரதம் *62*
சங்க இலக்கியம் *48, 99, 101, 109, 115, 135*
சங்கீத மண்டபம் *21*
சத்திரிய சிம்ம பல்லவேச்வர கிரகம் *53, 61, 65*
சப்தமாதர் *29*
சாதவாகனர் *123*
சாமுண்டி *24*
சாளுவன்குப்பம் *21, 35, 41, 42, 48, 52, 57*

சி

சிங்கம் *111, 115, 117, 118, 130, 131, 135*
சிதம்பரம் *49*
சிம்மக் கோயில் *24, 26, 33, 38 42, 57*
சிம்மத் தூண் *60*
சிம்மப் படுக்கை *60*
சிம்மவர்மன் *60*
சிம்ம வாகினி *61*
சிம்மவிஷ்ணு *60*
சிவராமமூர்த்தி. சி., *123, 134*
சிவன் *21, 24, 27, 42, 43, 51, 52, 56, 57, 60, 66, 135*

சீ
சீனிவாசன். கூ.ரா., 43, 94

சு
சுப்பிரமணியன் 22, 43, 49, 135

சே
சேந்தன் குமாரர் 107

சோ
சோமஸ்கந்தர் 22, 53, 57, 58, 60
சோழர்கள் 29

த
தர்மராச ரதம் 43, 57

தா
தாராலிங்கம் 53
தாளகிரீஸ்வரர் 63

தி
திரிமூர்த்தி குடைவரை 33, 34, 35, 48
திருச்சிராப்பள்ளி 127
திருமகள் 42
திருமருகல் 49
திருமால் 24, 42, 43, 51, 52, 53, 56, 57, 60, 66, 135
திருமுருகாற்றுப்படை 45, 48
திருவிழிச்சில் 29
திரௌபதி ரதம் 24, 25
திறந்தவெளி அரங்கு 21
திறந்தவெளிப் புடைப்புச் சிற்பம் 23, 26

தீ
தீக்கடைக்கோல் 90, 107

து
துர்க்கை 22, 24, 51, 57, 61, 135

தெ
தெய்வயானை 45

தொ
தொல்லியல் துறை 29, 33
தொன்ம விலங்கு 127

தே
தேவர் 49
தோற்பை 90

ந
நந்தி 51
நப்பின்னை 94
நரசிம்மன் 60
நற்றிணை 90, 100, 102, 107

நா
நாகசாமி. இரா., 22
நாகார்ச்சுன கொண்டா 123, 126, 127
நான்முகன் 56, 60, 66

ப
பக்தி இயக்கம் 22
பர்ஹூத் 127
பரம பிரம்மண்யன் 48
பரிபாடல் 45, 47, 48
பலராமன் 89, 95, 97, 114, 116, 118, 129, 131, 132, 133
பனைமலை 63
பனைமலைநாதர் 63
பனையோலைப் பாய் 90, 132

பா
பாரிஜாத மரம் 52

பி
பிடாரி ரதம் 62

பிணிமுகம் 47, 48, 49, 51, 52
பிரதிமத்திமம் 103
பிரம்ம சாஸ்தா 43
பிரமன் 43

பீ
பீம ரதம் 62, 63

பூ
பூஞ்சேரி 29
பூதகணங்கள் 37, 42
பூதங்கள் 39

பெ
பெரும்பாணாற்றுப்படை 102, 106
பௌத்தச் சிற்பம் 123

ம
மகிடாசுரமர்த்தினி குடைவரை 36, 51
மகிடாசுரமர்த்தினி 22
மகிடாசுரன் 26, 33
மகேந்திரவர்மன் 43, 127
மதுரா 127
மயில் 51, 52

மா
மாமல்லபுரம் 22

மு
முதலாம் சடாவர்மன் 49
முதலாம் நரசிம்மன் 22
முதலாம் மகேந்திரவர்மன் 22
மும்மூர்த்தி குகை 43
மும்மூர்த்தி குடைவரை 45, 46, 48, 57
முருகன் 22, 42, 43, 45, 46, 48, 49, 51, 52, 53, 56, 57, 60, 66

முல்லைக்கலி 98
முல்லைத்திணைப் பாடல் 101, 135
முல்லைப்பண் 103
முனிவர் 46, 47

மே
மேல்பாடி 49

யா
யாளி 117
யாளி மண்டபம் 29

ரா
ராயல கோபுரம் 120

வ
வண்ணக்கன் பேரி சாத்தனார் 102
வரதமுத்திரை 131
வராகர் குகை 51
வள்ளி 45
வள்ளிமலை 49
வாருணீதேவி 52

வி
விந்தை விலங்குகள் 111, 115, 135
வியாழ வரி 60
விஜயநகரம் 121

வீ
வீணாதர அர்த்தநாரீஸ்வரர் 27

வெ
வெள்ளை யானை 49, 52
வெள்ளைக் கண்ணந்தனார் 104

ஸ்
ஸ்கந்தன் 43
ஸ்வதிகம் 39, 129

2